பாரதியார் கதைகள்

சுப்ரமணிய பாரதியார்

உள்ளடக்கம்

1. வைசாக்தன் என்ற பண்டாரத்தின் கதை

வேதபுரத்தில் வீதியிலே ஒரு பண்டாரம் நன்றாகப் பாட்டுப் பாடிக்கொண்டு வந்தான்.

அவன் நெற்றியிலே ஒரு நாமம், அதன்மேலே விபூதிக் குறுக்கு, நடுவில் ஒரு குங்குமப் பொட்டு.

"உனக்கு எந்த ஊர்?" என்று கேட்டேன்.

"நடுப்பட்டி" என்று அந்தப் பண்டாரம் சொன்னான்.

"நீ எந்த மதம்?" என்று கேட்டேன்.

"வைச்சாக்தம்" என்றான்.

சிரிப்புடன் "அதற்கர்த்தமென்ன?" என்று கேட்டேன்.

"வைஷ்ணவ-சைவ-சாக்தம்" என்று விளக்கினான்.

"இந்த மதத்தின் கொள்கையென்ன?" என்று கேட்டேன்.

அப்போது பண்டாரம் சொல்லுகிறான்-

"விஷ்ணு தங்கை பார்வதி. பார்வதி புருஷன் சிவன். எல்லா தெய்வங்களும் ஒன்று. ஆதலால் தெய்வத்தை நம்ப வேண்டும். செல்வத்தைச் சேர்க்க வேண்டும். இவ்வளவுதான் எங்கள் மதத்தினுடைய கொள்கை" என்றான்.

"இந்த மதம் யார் உண்டாக்கினது?" என்று கேட்டேன்.

"முன்னோர்கள் உண்டாக்கினது. தனித் தனியாகவே நல்ல மதங்கள் மூன்றையும் ஒன்று சேர்த்தால் மிகவும் நன்மை யுண்டாகுமென்று எனக்குத் திருப்பதி வெங்கடேசப் பெருமாளும், தில்லை நடராஜரும் கனவிலே சொன்னார்கள். ஆதலால் ஒன்றாகச் சேர்த்தேன்" என்று அந்தப் பண்டாரம் சொன்னான்.

----

2. சிறுகதை

ஒரு வீட்டில் ஒரு புருஷனும், ஸ்திரீயும் குடியிருந்தார்கள். ஒருநாள் இரவில் புருஷன் வீட்டுக்கு வரும்போது ஸ்திரீ சமையல் செய்து கொண்டிருந்தாள். சோறு பாதி கொதித்துக் கொண்டிருந்தது. அந்த ஸ்திரீ அன்றிரவு கொஞ்சம் உடம்பு அஸௌகரியமாக இருந்த படியால், தனக்கு, ஆஹாரம் வேண்டாமென்று நிச்சயித்துப் புருஷனுக்கு மாத்திரமென்று சமைத்தாள்.

புருஷன் வந்தவுடன், "நான் இன்றிரவு விரதமிருக்கப் போகிறேன். எனக்கு ஆஹாரம் வேண்டாம்" என்றான்.

உடனே பாதி கொதிக்கிற சோற்றை அவள் அப்படியே சும்மா விட்டுவிட்டு அடுப்பை நீரால் அவித்து விடவில்லை தங்களிருவருக்கும் உபயோகமில்லாவிடினும் மறுநாள் காலையில் வேலைக்காரிக்கு உதவுமென்று நினைத்து அது நன்றாகக் கொதிக்கும் வரை காத்திருந்து வடித்து வைத்து விட்டுப் பிறகு நித்திரைக்குச் சென்றாள்.

அது போலவே, கர்மயோகி தான் ஒரு தொழில் செய்யத் தொடங்கி, இடையிலே அது தனக்குப் பயனில்லையென்று தோன்றினால், அதை அப்படியே நிறுத்திவிடமாட்டான். பிறருக்குப் பயன் தருமென்பதைக் கொண்டு, தான் எடுத்த வேலையை முடித்த பிறகே வேறு காரியம் தொடங்குவான்.

பிரார்த்தனை

கிழவனுடைய அறிவு முதிர்ச்சியும், நடு வயதிற்குள்ள மனத்திடனும், இளைஞருடைய உத்ஸாஹமும், குழந்தையின் ஹிருதயமும், தேவர்களே, எனக்கு எப்போதும் நிலைத்திருக்கும் படி அருள் செய்க.

----

3. சில வேடிக்கைக் கதைகள்

3.1 ஆனைக்கால் உதை

ஒரு ஊரில் ஆனைக்கால் வியாதி கொண்ட ஒருவன் பழக்கடை வைத்திருந்தான். அந்தத் தெருவின் வழியாகச் சில பிள்ளைகள் அடிக்கடி போவதுண்டு போகும் போதெல்லாம் அவர்களுக்கு அந்தப் பழங்களில் சிலவற்றை எடுத்துக் கொண்டுபோக வேண்டுமென்ற விருப்பம் உண்டாயிற்று. கிட்டப் போனால் ஆனைக்கால்காரன் தனது பிரமாண்டமான காலைக் காட்டிப் "பயல்களே, கூடையிலே கை வைத்தால் உதைப்பேன். ஜாக்கிரதை!" என்பான்.

"சாதாரணக் காலால் அடித்தால் கூட எவ்வளவோ நோகிறதே, இந்த ஆனைக்காலால் அடி பட்டால் நாம் செத்தே போவோம்" என்று பயந்து பிள்ளைகள் ஓடி விடுவார்கள்.

இப்படியிருக்கையில் ஒரு நாள் கடைக்காரன் பராக்காக இருக்கும் சமயம் பார்த்து, ஒரு பையன் மெல்லப் போய்க் கூடையிலிருந்து ஒரு பழத்தைக் கையிலெடுத்தான். இதற்குள் கடைக்காரன் திரும்பிப் பார்த்து, தனது பெரிய காலை சிரமத்துடன் தூக்கிப் பையனை ஒரு அடி அடித்தான். பஞ்சுத் தலையணையால் அடித்ததுபோலே அடி மெத்தென்று விழுந்தது. பையன் கலகலவென்று சிரித்துத் தெரு முனையிலே இருந்த தனது நண்பர்களைக் கூவி, "அடே, எல்லோரும் வாருங்களடா! வெறும் சதை; எலும்பில்லை" என்றான் மனிதர்களெல்லாரும் பல விஷயங்களில் குழந்தைகளைப் போலவே காணப்படுகிறார்கள். "வெறுஞ் சதை"யாக இருக்கும் கஷ்டங்களைத் தூரத்திலிருந்து "எலும்புள்ள" கஷ்டங்களாக நினைத்துப் பிறர் அவதிப் படுவதை நாம் பார்த்ததில்லையா? நாம் அங்ஙனம் அவதிப்பட்டதில்லையா?

3.2 கவிராயனும் கொல்லனும்

ஐரோப்பாவிலே மஹா கீர்த்தி பெற்ற கவியொருவர் ஒரு கொல்லன் பட்டறை வழியாகப் போய்க் கொண்டிருந்தார். அப்போது பாட்டுச் சத்தம் கேட்டது கவிராயர் உற்றுக் கேட்டார். உள்ளே கொல்லன் பாடிக்கொண்டிருந்தான். அந்தப் பாட்டு அந்தக் கவிராயராலே எழுதப்பட்டது. அதை அவன் பல வார்த்தைகளைச் சிதைத்தும் மாற்றியும் சந்தந் தவறியும் மனம்போன படிக்கெல்லாம் பாடிக்கொண்டிருந்தான். கவிராயருக்கு மஹா கோபம் வந்துவிட்டது. உடனே உள்ளே போய்க் கொல்லனுடைய பட்டறையிலிருந்து சாமான்களையும் கருவிகளையும் தாறுமாறாக மாற்றி வைத்துக் குழப்ப முண்டாக்கத் தொடங்கினார்.

கொல்லன் கோபத்துடன்: 'நீ யாரடா, பயித்தியம் கொண்டவன், என்னுடைய ஸாமான்களை யெல்லாம் கலைத்து வேலையைக் கெடுக்கிறாய்?" என்றான்.

"உனக்கென்ன?" என்று கேட்டார் கவிராயர்.

"எனக்கென்னவா! என்னுடைய சொத்து, தம்பீ என்னுடைய ஜீவனம்!" என்றான் கொல்லன்.

அதற்குக் கவிராயர்: அது போலவே தான், என்னுடைய பாட்டும். நீ சில நிமிஷங்களுக்கு முன்பு பாடிக்கொண்டிருந்த பாட்டை உண்டாக்கிய கவிராயன் நானே; என்னுடைய பாட்டை நீ தாறுமாறாகக் கலைத்தாய் எனக்கு அதுதான் ஜீவனம். இனி மேல் நீ சரியாகப் படித்துக் கொள்ளாமல் ஒருவனுடைய பாட்டைக் கொலை செய்யாதே' என்று சொல்லிவிட்டுப் போனார்.

3.3 அமெரிக்காவுக்குப் போன சீன ராஜகுமாரன்

சீன தேசத்திலிருந்து ஒரு ராஜகுமாரன் அமெரிக்காவுக்குப் போயிருந்தானாம். அப்போது ஒரு பிரபுவின் மனைவி சீனத்து விருந்தாளியுடன் பேசிக் கொண்டிருக்கையிலே அவள், "உங்களுடைய சீன தேசத்தில் கலியாணமாகும் வரை மணப்பெண் தனது புருஷன் முகத்தைப் பார்ப்பது வழக்கமில்லையாமே! மெய்தானா?" என்று கேட்டாள். அதற்கு ராஜகுமாரன்: 'உங்கள் தேசத்தில் சில பெண்கள் கலியாணமான பிறகு தனது புருஷன் முகத்தைப் பார்ப்பதில்லையென்று கேள்விப்படுகிறேன். அது மெய்தானா?" என்றான்.

3.4 சாஸ்திரியார் மகன்

ஒரு பிராமணப் பையன் தனது விளையாட்டு வண்டி தெருவிலே ஒடிந்து போனபடியால், அதைப் பார்த்து அழுது கொண்டு நின்றான். அதைக் கண்ட ஒரு சிப்பாய்:- "குழந்தாய், ஏன் அழுகிறாய்?" என்று கேட்டான்.

பையன:- "வண்டி ஒடிஞ்சு போச்சு".

சிப்பாய்:- "இதற்காக அழாதே. வீட்டிற்குப் போ. உன்னுடைய தகப்பனார் அதைச் செப்பனிட்டுக் கொடுத்து விடுவார்."

பையன்:- "எங்கப்பா சாஸ்திரியார், அவராலே வண்டியை நேர்ப்படுத்திக் கொடுக்க முடியாது. அவருக்கு ஒரு தொழிலும் தெரியாது. யார் வீட்டிலாவது அரிசி கொடுத்தால் வாங்கிக் கொண்டு வருவார். வேறே ஒரு இழவுந் தெரியாது" என்று விம்மி விம்மியழுதான். சிப்பாய் சிரித்துக்கொண்டே போய்விட்டான்.

3.5 ஓர் வியாதிக்கு ஓர் புதிய காரணம்

வேதபுரி என்ற ஊரில் ஒரு பள்ளிக்கூடத்து வாத்தியாரும் ஒரு செட்டியாரும் சினேகமாக இருந்தார்கள். வாத்தியார், செட்டியாரிடம் கொஞ்சம் கடன் வாங்கியிருந்தார். செட்டியாருக்கு ஒரு நாள் காலிலே முள் தைத்துப் பிரமாதமாக வீங்கியிருந்தது.

"செட்டியாரே, கால் ஏன் வீங்கியிருக்கிறது?" என்று வாத்தியார் கேட்டார்.

"எல்லாத்துக்கும் காரணம் கையிலே பணமில்லாததுதான்" என்று செட்டியார் சொன்னார்.

சில தினங்களுக்குப் பின் வாத்தியாருக்கு பலமான ஜலதோஷம் பிடித்திருக்கிறது. செட்டியார் வந்தார். ஏன், ஐயரே, ஜலதோஷம் பலமாக இருக்கிறதே" என்று கேட்டார்.

"கையிலே பணமில்லை. அதுதான் சகலத்துக்குக் காரணம்" என்று வாத்தியார் சொன்னார். செட்டியார் புன்சிரிப்புடன் போய்விட்டார்.

----

4. அந்தரடிச்சான் ஸாஹிப் கதை

மொகலாய ராஜ்யத்தின்போது, தில்லி நகரத்தில் அந்தரடிச்சான் ஸாஹிப் என்ற ஒரு ரத்ன வியாபாரி இருந்தான். அவனுக்குப் பிதா பத்து லக்ஷம் ரூபாய் மதிக்கத் தகுந்த பூஸ்திதியும் பணமும் நகைகளும் வைத்துவிட்டுப் போனார். அவன் அவற்றை யெல்லாம் பால்யத்தில் சூதாடித் தோற்றுவிட்டான். அந்தரடிச்சான் ஸாஹிபுக்கு ஒரு பிள்ளை பிறந்தது. அவனுக்குச் செத்தான் ஸாஹிப் என்று பெயர். இந்தப் பிள்ளையும் அவன் மனைவியாகிய வில்ரில்லாப்பா என்பவளும் அவளுடைய சிறிய தகப்பன். ஒரு கிழவன் அவன் பெயர் மூர்ச்சே போட்டான் ஸாஹிப் ஆகிய மேற்படி கிழவனுமாக இத்தனை பேர் அடங்கிய பெரிய குடும்பத்தை அவன் புகையிலைக் கடை வைத்து ஸம்ரக்ஷணை செய்து வந்தான்.

இப்படியிருக்கையில் அந்தரடிச்சானுக்குத் தீராத வயிற்று வலி வந்தது. அத்துடன் கண்ணும் மங்கிவிட்டது. எட்டு யோஜனை தூரத்துக்கப்பால் ஒரு அதிர் வெடிச் சத்தம் கேட்டால், அவன் இங்கே பயந்து நடுங்கிப்போய் நூறு குட்டிக்கரணம் போடுவான்.

தலைக்குமேல் காக்கை பறக்கக் கண்டால், தெருவிலே போகையில் ஆந்தை கத்தினால், பூனை குறுக்கிட்டால், வண்டி எதிரே ஓடிவந்தால், சிப்பாயைக் கண்டால் இப்படி எவ்வித அபாயக்குறி நேரிட்டாலும், ஒவ்வொரு முறையும் நூறு நூறு குட்டிக் கரணம் போடுவது அவனுடைய வழக்கம்.

இங்ஙனம் தெருவில் போகும்போது, வீட்டில் இருக்கும் நேரத்திலும் குட்டிக்கரணம் போட்டுப்போட்டு அவனை நெட்டைக் குத்தலாக நிறுத்துவதே கஷ்டமாய் விட்டது ஒரு நாள் மேற்படி அந்தரடிச்சானிடம் அவனுடைய பிள்ளையாகிய செத்தான் ஸாஹிப் வந்து பின்வருமாறு சொல்லலானான்-

"பப்பாரே! சுத்தமாக ரஸமில்லை காசு கொண்ட காலையில் நம்கீ ரொட்டி ஜாஸ்தி. மீன் இல்லை சாப்பாட்டுக்குக் கஷ்டம். நமக்கு எதுவும் கைகூடவில்லை ஹிம் ஹீம் ஹ¥கும்! நீ ரொம்பக் கெட்டிக்காரன் என்று நீ நினைத்துக் கொண்டிருக்கிறாய். உம் ஹ¥ம்! உன்னிடம் ஒரு கேள்வி கேட்க வேண்டும். நாளை கேட்கிறேன். ஹிக்கீம்! ஹிக்கீம். இப்போதே கேட்டு விடட்டுமா? ஹிக்கா ஹிக்கா ஹ்ம். ஹம். ஜிம். ப்ஸ்ஸ்ஸ்ஸ் நீ யன்றோ இந்த நிலைமையே குடும்பத்தைக் கொண்டு வந்துவிட்டாய். ஒய்யோம்! ப்யோம்! ப்யோம். நம்கீ ரொட்டி ஜாஸ்தி, மீன் இல்லை. சாப்பாட்டுக்குக் கஷ்டம்! பாலா, மணிலாக் கொட்டை வாங்கிக் கொடு" என்றான்.

அப்போது அந்தரடிச்சான் சொல்லுகிறான்-

"க்யாரே? நம்கீ ரொட்டி இல்லை. நீ மீனில்லையென்று நம்மிடத்தில் கோபிக்கிறாயே? அந்தக் கிழ மூர்ச்சே போட்டான் ஸாஹப் இருக்கிறார். அவராலே விட்டுக்கு ஒரு தம்படி வருமானம் கிடையாது. ஹாம்! என்ன சொன்னாயடா! நானா சூதாடினேன்? என்னையாடா சொன்னாய்?" என்று கேட்டான். உடனே முந்நூறு பல்டியடித்துச் செத்தான் ஸாஹப் மேலே விழுந்தான்.

இப்படி இருக்கையில் அந்தவூர் பாத்ஷாவுக்குப் பிறந்த நாள் பண்டிகை வந்து பெரிய கூட்டம். தோரணங்கள்; டால்கள் பந்தர்கள்; மாலைகள்; விளக்கு வரிசைகள், புலி வேஷங்கள். பெரிய பெரிய வஸ்தாதுகள் வந்து குஸ்திச் சண்டைகள், அதிர்வெடி ஜமா!

அதுக்கு நடுவே அந்தரடிச்சான் ஸாஹப் போய் நுழைந்தான். இதனை ஜமாவையும் பாத்ஷா ஏழாம் உப்பரிகையின் மேலே இருந்து பார்த்துக் கொண்டிருந்தான். ஓரிடத்தில் கத்திச் சண்டை நடந்து கொண்டிருந்தது.

காலை ஏழுமணி முதல் பகல் பத்து மணி வரையில் மூன்று மணி நேரமாக ஒரு க்ஷணம் கூட சிரமபரிஹாரமில்லாமல் அங்கு இரண்டு பயில்வான்கள் கத்திப் போர் செய்து கொண்டிருந்தனர். போர் வெகு ஜமூதமாக நடக்கிறது. அந்த இடத்தில் பெரிய கும்பல் கலையாமல், அத்தனை பேரும் சித்திரப் பதுமைகள் போலே அசையாமல் மேற்படி பயில்வான்களின் சண்டையைக் கண் கொட்டாமல் பார்த்துக் கொண்டு நின்றனர்.

பல இடங்களில் அத்தரடிச்சான் ஸாஹப் தட்டுண்டு கொட்டுண்டு அங்கே வந்து விழுந்தான். கூட்டம் பளீரென்று விலகிற்று ஒருத்தன் ஹோ! என்று கத்திக் கொண்டோடிப் போனான். அத்தனை கூட்டமும் ஹோ, ஹோ, ஹோ என்று கத்திக் கொண்டு ஓடிப் போயிற்று இவன் படபடவென்று குட்டிக்கரணம் போட்டுக் கொண்டே கத்திச் சண்டை வஸ்தாதுகளின் மேலே போய் விழுந்தான் அவர்கள் ஹோ என்று கதறி ஒருவர் வாள் ஒருவர் மீது பாய இரத்தம் பீறிட்டுக் கீழே சாய்ந்தனர். இதையெல்லாம் ஏழாம் உப்பரிகையின் மேலேயிருந்த பார்த்துக் கொண்டிருந்த பாத்ஷா "ஹோ, ஹோ, இவனையன்றோ நமது ஸேனாபதியாக நியமிக்க வேண்டும். என்று கருதி அவனை அழைத்து, "நீ நமது ஸேனாபதி வேலையை ஏற்றுக் கொள்" என்றான். இவன் அந்த வார்த்தையைக் கேட்டவுடன் ஸேனையென்ற ஞாபகமும், சண்டையென்ற நினைவும், அதிலிருந்து மரணமென்ற ஞாபகமும் மனதில் தோன்ற உடனே பயந்து நடுங்கிப் போய் முப்பது குட்டிக்கரணம் போட்டுப் பாத்ஷாவின் மேலே போய் விழுந்தான்.

"ஓஹோ! இவன் தனது வணக்கத்தையும் பராக்ரமத்தையும் நம்மிடத்தில் நேரே காண்பித்தான்" என்று பாத்ஷா ஸந்தோஷத்துடன் வியந்து அவனுக்கு லக்ஷம் மோஹரா விலையுள்ள ஒரு வயிர மாலையை ஸம்மானம் கொடுத்து, ஸேனாபதி நியமன உத்தரவும் கொடுத்தனுப்பினார்.

அந்த பாத்ஷாவின் காலத்தில் எங்கும் சண்டையே கிடையாதாகையால், அந்தரடிச்சான் ஸாஹப்போரில் தனது திறமையைக் காட்ட ஸந்தர்ப்பமே வாய்க்காமல் சாகுமளவும், ஸேனாபதி என்ற நிலைமையில் ஸௌக்கியமாக நாளொன்றுக்கு லக்ஷம் குட்டிக் கரணங்கள் போட்டுக் கொண்டு, இதனாலேயே எட்டுத் திசைகளிலும் கீர்த்தியோங்க மிகவும் மேன்மையுடன் வாழ்ந்திருந்தான்.

---

5. கிளிக் கதை

எண்ணூறு வருஷங்களுக்கு முன்பு திருவண்ணாமலையில் மிளகாய்ப்பழச்சாமி என்றொரு பரதேசி இருந்தான். அவன் நாள்தோறும் இருபது மிளகாய்ப்பழத்தைத் தின்று ஒரு மிடறு தண்ணீரும் குடிப்பான். அவனிடம் ஒரு கிளியுண்டு. மடத்துக்கு வரும் ஜனங்களிடம் ஸ்காந்த புராணம் சொல்லிப் பிரசங்கம் செய்வது அந்தப் பரதேசியின் தொழில். பிரசங்கம் தொடங்கு முன்பு பரதேசி கிளியை நோக்கி,

"முருகா, முருகா, ஒரு கதை சொல்லு" என்பான்.

உடனே கிளி ஏதோ கங்கா மங்காவென்று குழறும். பரதேசி சொல்லுவான்:

"அடியார்களே. இங்கிருப்பது கிளியன்று. இவர் சுகப்பிரம ரிஷி. இவர் சொல்லிய வசனம் உங்கள் செவியில் தெளிவாக விழுந்திருக்கும். சிறிது கவனக் குறைவாக இருந்தாலும் நான் அவர் சொல்லியதை மற்றொரு முறை சொல்லுகிறேன்.

கங்கா மங்கை மைந்தன்
பாம்பைத் தின்றது மயில்
மயிலின் மேலே கந்தன்

"இதன் பொருள் என்னவென்றால்..." இவ்விதமாகத் தொடங்கியப் பரதேசி, கந்த புராணம் முழுவதையும் நவரசங்களைச் சேர்த்துச் சோனாமாரியாகப் பொழிவான். ஜனங்கள் கேட்டுப் பரவசமடைந்து போய் பொன் பொன்னாகப் பாத காணிக்கை குவிப்பார்கள். அவன் அந்தப் பணத்தை எவ்விதமாகச் செலவழிப்பானோ யாருக்கும் தெரியாது. அது தேவர், மனுஷ்யர், அசுரர் மூன்று ஜாதியாருக்கும் தெரியாத ரகசியம். இருந்தாலும் ஊரில் வதந்தியெப்படி யென்றால், இவன் மேற்படி பொன்னையெல்லாம் மலையடி வாரத்தில் ஏதோ ஒரு குகைக்குள் பதுக்கி வைத்திருப்பதாகவும், இருபது வருஷத்துக்குப் பிறகு அத்தனை பொன்னையும் எடுத்துப் பெரிய கோவில் கட்டப் போவதாகவும் சொல்லிக் கொண்டார்கள்.

இப்படியிருக்கும்போது ஒருநாள், திடீரென்று மிளகாய்ப் பழச்சாமி மறைந்து போய்விட்டான். பொழுது விடிந்து தூப்பு வேலை செய்யும் கிழவி வந்து பார்க்கும்போது, மடம் திறந்து கிடந்தது. உள்ளே போய்ப் பார்த்தால், சாமியார், கூடு, கிளி, தடி, புஸ்தகம், திருவோடு முதலிய யாதொரு வஸ்துவுமில்லை. கிழவி கூவி விட்டு வீடு போய்ச் சேர்ந்தாள். ஊரதிகாரிக்குத் தெரிந்தது.

பொன்னை ஒரு வேளை பரதேசி மறந்து போய் வைத்து விட்டுப் போயிருக்கக்கூடும்; அதை யெடுத்து யாதேனும் ஓர் தர்மம் பண்ணலாமென்ற தர்ம சிந்தையினால் அதிகாரி சேவகரை விட்டு மலையிலுள்ள பொந்து முழுவதையும் தொளை போட்டுப் பார்க்கச் சொன்னார். சிற்சில இடங்களில் ஓரிரண்டு பொன் அகப்பட்டது. தேடப் போனவர்களில் பலரைத் தேள் கொட்டிற்று. அநேகரைப் பாம்பு தீண்டிற்று. அதிகாரி தேடுவதை நிறுத்திவிட்டார்.

சில தினங்களுக்கப்பால் வாழைப்பழச் சாமியாரென்ற மற்றொரு பரதேசி, ஒரு கட்டுக் கட்டிவிட்டான். அதெப்படியென்றால், மிளகாய்ப் பழச்சாமி பொற்குடத்துடன் ஆகாயத்தை நோக்கிப் பறந்து போய் மேகமண்டலத்துக்குள் நுழைந்ததைத் தான் பக்கத்திலே யிருந்து பார்த்ததாகவும், தானேயிருந்து வழியனுப்பினதாகவும், புரளி பண்ணினான். அதிகாரி அடியார் விசுவாசமுள்ளவராகையால் அந்தப் பரதேசி சொன்னதை நம்பி, அவர் பொன்னைத் தான் தேடப் போனது குற்றமென்று நினைத்து, மேற்படி மிளகாய்ப் பழச்சாமிக்கு வருஷந்தோறும் மேற்படி மடத்தில் குருபூஜை நடத்தி வைப்பதாகவும், மடத்தை வாழைப்பழச் சாமி வைத்துக் கொண்டு கந்த புராணப் பிரசங்கஞ் செய்து வந்தால் திருவிளக்குச் செலவு தான் கொடுத்து விடுவதாகவும் சொன்னார். வாழைப்பழச்சாமி சம்மதம் கொண்டு மடத்தை ஒப்புக் கொண்டார்.

இவனுடைய விசேஷமென்னவென்றால், இவன் நாளொன்றுக்கு இருபது வாழைப்பழம் தின்று ஒரு மிடறு தண்ணீர் குடிப்பான். அதன் பிறகு ஜலபானம் கிடையாது. இவனும் ஒரு கிளி வளர்த்தான். அதற்கும் கங்கா மங்கா என்று கற்றுக் கொடுத்து, அதையும் சுகப்பிரம ரிஷியென்று சொன்னான். ஆனால் பிரசங்கம் செய்வதில் பழைய சாமியாருக்குள்ள திறமையில் நூற்றிலொரு பங்குகூட இவனிடம் கிடையாது. ஆகையால் இவனுக்குப் பழைய வரும்படியில் நூறிலொரு பங்குகூட கிடையாது. இருந்தாலும் சொற்பத்தைக் கொண்டு ஒருவாறு வாழைப்பழச் செலவை நடத்திவந்தான்.

இப்படியிருக்கையில் ஒருநாள் நாலைந்து புதிய சீடருக்குக் கந்தபுராணம் சொல்லத் தொடங்கி வாழைப்பழச்சாமி தனது சுகப்பிரம ரிஷியிடம் கேள்வி போட்டு கொண்டிருக்கையிலே, திடீரென்று மடத்துக்குள் பழைய மிளகாய்ப்பழச்சாமி தனது கிளிக்கூடு சகிதமாக வந்து தோன்றினான். சாமிக்கும் சாமிக்கும் குத்துச் சண்டை. மிளகாய்ப் பழச்சாமி காலை வாழைப்பழச்சாமி கடித்துக் காலிலே காயம். வாழைப்பழச்சாமிக்கு வெளிக்காயம் படவில்லை. உடம்புக்குள்ளே நல்ல ஊமைக் குத்து. அப்போது வந்த காய்ச்சலிலே ஆறு மாசம் கிடந்து பிழைத்தான். குத்துச்

சண்டையின்போது கிளியும் கூட்டுக்குள் இருந்தபடியே ஒன்றுக்கொன்று கங்கா மங்கா என்று அம்பு போட்டதுபோல் தூஷணை செய்து கொண்டன.

அந்தச் சமயத்தில் ஊர்க்கூட்டம் கூடி, அதிகாரியிடமிருந்து சேவகர் வந்து இரண்டு பரதேசிகளையும் பிடித்துக் கொண்டு போய் நியாய ஸ்தலத்தில் விட்டார்கள். வாழைப் பழச்சாமியை ஊரை விட்டுத் துரத்திவிடும்படிக்கும், மிளகாய்ப் பழச்சாமி மடத்தை எடுத்துக் கொள்ளும் படிக்கும், இனிமேல் கந்தபுராண உபந்யாசத்தில் வரும் பொன்னில் ஆறிலொரு பங்கு கோயிலுக்கும், நாலில் ஒரு பங்கு அதிகாரிக்கும் செலுத்தி விடும்படிக்கும் நியாய ஸ்தலத்தில் தீர்ப்புச் செய்யப்பட்டது.

---

6. இருள்

வித்யா நகரம் என்ற பட்டணத்தில், எண்ணூறு வருஷங்களுக்கு முன் திடசித்தன் என்று ஒரு ராஜா இருந்தான். அவனுடைய பந்துக்களிலே சிலர் விரோதத்தினால் அவனுக்குப் பல தீங்குகள் செய்யலாயினர். ஒரு நாள் இரவில் அவன் நித்திரை செய்யும்போது எதிரிகள் அரண்மனை வேலைக்காரரிலே சிலரை வசமாக்கி உள்ளே நுழைந்து அவன் கால்களைக் கட்டி எடுத்துக் கொண்டு போய் சமீபத்திலிருந்த மலைச்சாரலில் ஒரு குகைக்குள்ளே போட்டு வெளியே வரமுடியாதபடி ஒரு பாறையால் மூடி வைத்து விட்டார்கள். இவ்வளவுக்கு மிடையே அவன் கண் விழிக்காதபடி மூக்கிலே ஒரு மயக்கப் பச்சிலையின் சாற்றைப் பிழிந்து விட்டார்கள்.

நெடுநேரம் கழிந்த பிறகு பச்சிலையின் மயக்கம் தெளியவே அரசன் கண்ணை விழித்துப் பார்க்கும்போது கை, கால்கள் கட்டுண்டு தான் பேரிருளிலே கிடப்பதை உணர்ந்து கொண்டான். "எங்கிருக்கிறோம்?" என்று சிந்தித்தான். இடம் தெரியவில்லை. "நமக்கு யார் இவ்விதமான தீமை செய்திருக்கக் கூடும்?" என்று யோசனை செய்து பார்த்தான். ஒன்றும் தெளிவாக விளங்கவில்லை. எழுந்து நிற்க முயற்சி செய்தான். சாத்தியப்படவில்லை. தாகம் நாக்கை வறட்டிற்று. கண்கள் சுழன்றன. நெஞ்சு படீல் படீலென்று புடைத்துக் கொண்டது. "தெய்வமே என்னைக் கொல்லவா நிச்சயித்து விட்டாய்?" என்று கூவினான்.

"ஆம்" என்றொரு குரல் கேட்டது.

"ஆமென்கிறாயே நீ யார்?" என்று வினவினான்.

"நான் காலன். உன் உயிரைக் கொண்டுபோக வந்திருக்கிறேன்" என்று அந்த மறை குரல் சொல்லிற்று.

அப்போது திடசித்தன். நான் யௌவனப் பருவத்தில் இருக்கிறேன். அறிவிலும் அன்பிலும் சிறந்த எனது மனைவியையும், சிங்கக் குட்டி போன்ற என் மகனையும், செழிப்பும் புகழும் மிகுந்த என் நாட்டையும் விட்டு விட்டு உன்னுடன் வருவதில் எனக்கு ஸம்மதமில்லை. இங்கிருந்து போய்விடு" என்றான். மறை குரல் கொல்லொன்று சிரித்தது.

"நான் எப்போது கொண்டு போகப்பட்டேன்?" என்று திடசித்தன் கேட்டான்.

"விடியும் ஒரு ஜாமத்திற்குள்ளே" என்று குரல் சொல்லிற்று. இது கேட்ட மாத்திரத்திலே திடசித்தன் அயர்ந்துபோனான். கண்கள் முன்னிலும் அதிகமாகச் சுழன்றன. நெஞ்சு முன்னிலும் விரைவாக அடித்தது. கால்கள் பதறலாயின.

அப்போது அவனுடைய தாய் சொல்லிக் கொண்டிருந்த மந்திரமொன்று நினைப்பு வந்தது. உடனே உச்சரித்தான் தாய் இறந்துபோகும் ஸமயத்தில் அவனை அழைத்து அந்த மந்திரத்தை அவன் காதில் உபதேசம் செய்துவிட்டு, "மகனே, உனக்கு எவ்வளவு பெரிய ஆபத்து வந்த சமயத்திலும் நீ இம்மந்திரத்தை உச்சரித்தால் விலகிப் போய்விடும்" என்று சொல்லியிருந்தாள்.

இப்போது அதனை உச்சரித்தான். 'கரோமி' (செய்கிறேன்) என்பதே அம்மந்திரம். "கரோமி, கரோமி, கரோமி" என்று மூன்று தரம் சொன்னான்.

காலிலே ஒரு பாம்பு வந்து கடித்தது.

"தாயே. உன் மந்திரத்தின் பயன் இதுதானா?" என்று அலறினான்.

"அஞ்சாதே மந்திரத்தைச் சொல்லு, மந்திரத்தைச் சொல்லு. மந்திரத்தைச் சொல்லு. மந்திரத்தைச் சொல்லு,' என்று அசரீரிவாக்கு பிறந்தது.

இந்தப் புதிய வாக்கைக் கேட்கும்போது அவனுடைய தாயின் குரலைப் போலே இருந்தது.

"கரோமி, கரோமி, கரோமி" செய்கிறேன், செய்கிறேன். செய்கிறேன்" என்று மறுபடி ஜபிக்கலானான்.

"குரு, குரு, குரு" (செய்,செய்,செய்) என்றது அசரீரி.

உடனே மூச்சையுள்ளே இழுத்து அமானுஷிகமான வேகத்துடன் கையை உதறினான். கைத்தளைகள் படீரென்று நீங்கின. உடைவாளையெடுத்தான்.

செய், செய், செய், என்று மறுபடி சத்தம் கேட்டது.

பாம்பு கடித்த கால் விரலைப் பளிச்சென்று வெட்டி எறிந்து விட்டான். குரு, குரு, குரு என்ற சத்தம் மீண்டும் கேட்டது.

உடம்பிலிருந்த துணியைக் கிழித்து, மண்ணிலே புரட்டி அதிக கால் ரத்தம் விரலிலிருந்து விழாதபடி சுற்றிக் கொண்டான்.

மறுபடியும் 'செய்' என்ற தொனி பிறந்தது. தலைகளை வாளால் வெட்டி விட்டான்.

அப்போது அவனுடைய சரீரத்திலே மறுபடியும் ஆயாஸ முண்டாயிற்று. அப்படியே சோர்ந்து விழுந்தான். ஜ்வரம் வந்து விட்டது. மரணதாக முண்டாயிற்று.

"ஐயோ, தாகம் பொறுக்கவில்லையே, என்ன செய்வேன்?" என்று புலம்பினான்.

"மந்திரத்தை ஜபம் பண்ணு" என்றது அசரீரி.

கரோமி, கரோமி, கரோமி என்று தாய் மந்திரத்தை மறுபடி ஜபித்தான்.

"செய்" என்று கட்டளை பிறந்தது.

"என்ன செய்வது?" என்றேங்கினான்.

"சோர்வடையாதே. செய்கை செய்" என்றது தொனி.

"என்ன செய்வது?' என்று பின்னொரு முறை கேட்டான்.

"கல்லிலே முட்டு" என்று கட்டளை பிறந்தது.

எழுந்து வந்து குகையை மூடியிருந்த பாறையிலே போய் முட்டினான். மண்டையுடைந்து செத்தால் பெரிதில்லையென்று துணிவு கொண்டு செய்தான். மண்டையுடையவில்லை குகையை மூடிச் சென்றவர்கள் அவஸரத்திலே அந்தக் கல்லை மிகவும் சரிவாக வைத்துவிட்டுப் போயிருந்தார்கள். பாறை சரிந்து கீழே விழுந்துவிட்டது. வெளியே வந்து பார்த்தான். சூர்யோதயம் ஆயிற்று. கரோமி, கரோமி, கரோமி; செய்கிறேன், செய்கிறேன் செய்கிறேன்' என்று சொல்லிக் கொண்டு தனது ராஜதானி போய்ச் சேர்ந்தான். பிறகு அவனுக்கோர் பகையுமில்லை.

---

7. குதிரைக் கொம்பு

சிந்து தேசத்தில் அந்தப்புரம் என்கிற நகரத்தில் ரீவண நாயக்கன் என்ற ராஜா இருந்தான். இவன் ஒரு சில யுகங்களின் முன்பு இலங்கையில் அரசாண்ட ராவணனுடைய வம்சம் என்று சொல்லிக் கொண்டான். இவனுடைய சபையில் எல்லா சாஸ்திரங்களையும் கரைத்துக் குடித்த பல பண்டிதர்கள் விளங்கினார்கள்.

ஒரு நாள் அரசன் தனது சபையாரை நோக்கி, "குதிரைக்கு ஏன் கொம்பில்லை?" என்று கேட்டான். சபையிலிருந்த பண்டிதர்கள் எல்லாம் திகைத்துப் போனார்கள். அப்போது கர்நாடக தேசத்திலிருந்து அந்த அரசனிடம் சம்மானம் வாங்கும் பொருட்டாக வந்திருந்த வக்ரமுக சாஸ்திரி என்பவர், தான் அந்தக் கேள்விக்கு விடை சொல்வதாகத் தெரிவித்தார். அரசன் அனுமதி தந்தவுடன் மேற்படி வக்ரமுக சாஸ்திரி பின்வருமாறு கதை சொல்லத் தொடங்கினார்.

"கேளீர், ரீவண மஹாராஜரே, முற்காலத்தில் குதிரைகளுக்கெல்லாம் கொம்பிருந்தது. இலங்கையில் அரசாண்ட தமது மூதாதையாகிய ராவணேசுரன் காலத்தில், அந்த ராஜனுடைய ஆக்கினைப்படி பிரமதேவன் குதிரைகளுக்குக் கொம்பு வைக்கும் வழக்கத்தை நிறுத்திவிட்டான்" என்றார்.

இதைக் கேட்டவுடன் ரீவண நாயக்கன் உடல் பூரித்துப் போய், "அதென்ன விஷயம்? அந்தக் கதையை விஸ்தாரமாகச் சொல்லும்" என்றான்.

வக்ரமுக சாஸ்திரி சொல்லுகிறார்:

"இலங்கையில் ராவணன் தர்மராஜ்யம் நடத்திய காலத்தில் மாதம் மூன்று மழை பெய்தது. அந்தக் காலத்தில் ஒரு வருஷத்துக்குப் பதின்மூன்று மாசமும், ஒரு மாசத்துக்கு முப்பத்து மூன்று தினங்களும் ஒரே கணக்காக ஏற்பட்டிருந்தன. ஆகவே பதினொரு நாளுக்கு ஒரு மழை வீதம், வருஷத்தில் முப்பத்தொன்பது மழை பெய்தது. பிராமணர் நான்கு வேதம், ஆறு சாஸ்திரம், அறுபத்து நாலு கலை ஞானங்கள், ஆயிரத்தெட்டுப் புராணங்கள், பதினாயிரத்தெண்பது கிளைப் புராணங்கள், எல்லாவற்றிலும் ஓரெழுத்துக்கூடத் தவறாமல் கடைசியிலிருந்து ஆரம்பம்வரை பார்க்காமல் சொல்லக்கூடிய அத்தனை திறமையுடனிருந்தார்கள். ஒவ்வொரு பிராமணன் வீட்டிலும் நாள்தோறும் தவறாமல் இருபத்து நாலாயிரம் ஆடுகள் வெட்டிப் பலவிதமான யாகங்களை நடத்தி வந்தார்கள். ஆட்டுக் கணக்கு மாத்திரம்தான் புராணக்காரர் சொல்லியிருக்கிறார். மற்ற மிருகங்களின் தொகை அவர் சொல்லியிருக்கலாம். இப்படியே மற்ற வருணத்தாரும் தத்தம் கடமைகளை நேராக நிறைவேற்றிக் கொண்டு வந்தார்கள். எல்லா ஜீவர்களும் புண்யாத்மாக்களாகவும்,

தர்மிஷ்டராகவும் இருந்து இகத்தில் இன்பங்களையெல்லாம் அனுபவித்துப் பரத்தில் சாக்ஷத் பரமசிவனுடைய திருவடிநிழலைச் சார்ந்தனர்.

அப்போது அயோத்தி நகரத்தில் அரசு செலுத்திய தசரத ராஜன் பிள்ளையாகிய ராமன், தனக்கு மூத்தவனாகிய பரதனுக்குப் பட்டங்கட்டாமல் தனக்கே பட்டங்கட்டிக் கொள்ள விரும்பித் தனது தந்தையை எதிர்த்துக் கலகம் பண்ணினான். பிதாவுக்குக் கோபமுண்டாய் ராமனையும் லட்சுமணனையும் ராஜ்யத்தை விட்டு வெளியே துரத்தி விட்டான். அங்கிருந்து அவர்கள் மிதிலை நகரத்துக்கு ஓடிப் போய், அந்நகரத்து அரசனாகிய ஜனகனைச் சரணமடைந்தார்கள். அவன் இவர்களுக்கு அபயம் கொடுத்துக் காப்பாற்றி வருகையில் ராமன் மேற்படி ஜனகராஜன் மகளாகிய சீதையின் அழகைக் கண்டு மோகித்து, அவளைத் திருட்டாகக் கவர்ந்து கொண்டு தண்டகாரண்யம் புகுந்தான்.

அங்கு ராமர், லட்சுமணர் முனிவர்களை யெல்லாம் பல விதங்களிலே ஹிம்சை செய்தனர். யாகங்களைக் கெடுத்தனர். இந்த விஷயம் அங்கே அதிகாரம் செய்து வந்த சூர்ப்பநகைத் தேவியின் காதில் பட்டது. ராவணன் தங்கை யாகையாலும், பிராமண குலமானபடியினாலும், ரிஷிகளுக்கு ராமன் செய்யும் துன்பத்தைப் பொறுக்கமாட்டாதவளாய், அவள் அந்த ராமனையும் அவன் தம்பி லட்சுமணனையும் பிடித்துக் கட்டிக் கொண்டு வரும்படி தனது படையினிடம் உத்திரவு கொடுத்தாள். அப்படியே ராம லட்சுமணரைப் பிடித்துத் தாம்பினாலே கட்டிச் சூர்ப்பநகையின் சன்னதியிலே கொண்டு சேர்த்தனர். அவள் அவ்விருவரையும் கட்டவிழ்த்து விடும்படி செய்து பலவிதமான கடூர வார்த்தைகள் சொல்லிப் பயமுறுத்திய பிறகு ராஜபுத்திரராகவும், இளம் பிள்ளைகளாகவும் இருந்தபடியால், இதுவரை செய்த துஷ்ட காரியங்களையெல்லாம மன்னிப்பதாகவும், இனிமேல் இவ்விதமான காரியங்கள் செய்தால் கடுந்தண்டனை கிடைக்குமென்றும் சொல்லி, நானாவிதமான புத்தி புகட்டிய பின்பு, அவர்களைச் சிறிது காலம் அரண்மனையிலிருந்து விருந்துண்டு போகும்படி செய்தாள்.

அப்போது சீதை சூர்ப்பநகையிடம் தனியாக வார்த்தை சொல்லிக் கொண்டிருக்கையில், ராமன் தன்னை வலிமையாலே தூக்கிக் கொண்டு வந்தானென்றும், தனக்கு மறுபடியும் மிதிலைக்குப் போய்த் தனது பிதாவுடன் இருக்கப் பிரியம் என்றும் சொன்னாள். இதைக் கேட்டு சூர்ப்பநகை மனமிரங்கி, சீதையை இலங்கைக்கு அனுப்பி, அங்கிருந்து மிதிலையில் கொண்டு சேர்க்கும்படி ராவணனுக்குச் சொல்லியனுப்பினாள். ராவணனுடைய அரண்மனைக்கு வந்து சேர்ந்தவுடனே அவளை மிதிலைக்கு அனுப்பும் பொருட்டு நல்ல நாள் பார்த்தார்கள். அந்த வருஷம் முழுவதும் நல்ல நாள்

கிடைக்கவில்லை. ஆகையால் சீதையை இரண்டு வருஷம் தனது அரண்மனையிலே தங்கிவிட்டுப் போகும்படி ராவணன் ஆக்கினை செய்தான்.

தண்டகாரண்யத்தில் ராமன் சூர்ப்பநகையிடம் "சீதை எங்கே?" என்று கேட்டான். மிதிலைக்கு அனுப்பி விட்டதாகச் சூர்ப்பநகை சொன்னாள். 'எப்படி நீ இந்தக் காரியம் செய்யலாம்?' என்று கோபித்து லட்சுமணன் சூர்ப்பநகையை நிந்திக்கலானான். அப்போது சூர்ப்பநகை தன் இடுப்பில் பழங்கள் அறுத்துத் தின்னுவதற்காகச் சொருகி வைத்துக்கொண்டிருந்த கத்தியைக் கொண்டு லட்சுமணனுடைய இரண்டு காதுகளையும், கால் கட்டை விரல்களையும் நறுக்கி விட்டாள்.

இவளுடைய வீரச் செய்கையைக் கண்டு ராமன் இவள் மேல் மோகங் கொண்டு, 'அட! சீதையைத் தான் மிதிலைக்கனுப்பி விட்டாய், என்னை நீ விவாகஞ் செய்து கொள்ளு' என்றான். இதைக் கேட்டவுடனே சூர்ப்பநகை கன்னமிரண்டும் சிவந்து போகும்படி வெட்கப்பட்டு 'நீ அழகான பிள்ளைதான். உன்னைக் கல்யாணம் பண்ணிக்கொள்ளலாம். ஆனால், அண்ணா கோபித்துக் கொள்ளுவார். இனிமேல் நீ இங்கிருக்கலாகாது. இருந்தால் அபவாதத்துக்கு இடமுண்டாகும் என்றாள்.

அப்போது ராமன்: 'சீதையை எப்போது மிதிலைக்கனுப்பினாய்? யாருடன் அனுப்பினாய்? அவள் இப்போது எவ்வளவு தூரம் போயிருப்பாள்?' என்று கேட்டான்.

அதற்குச் சூர்ப்பநகை, 'இனிமேல் சீதையின் நினைப்பை விட்டுவிடு. அவளை இலங்கைக்கு அண்ணன் ராவணனிடத்தில் அனுப்பியிருக்கிறேன். அவன் அவளை மிதிலைக்கு அனுப்பினாலும் அனுப்பக்கூடும். எது வேண்டுமானாலும் செய்யக்கூடும். மூன்றுலகத்திற்கும் அவன் அரசன். சீதையை மறந்துவிடு' என்றாள்.

இதைக்கேட்டு ராமன் அங்கிருந்து வெளியேறி எப்படியேனும் சீதையை ராவணனிடமிருந்து மீட்க வேண்டுமென்று நினைத்துக் கிஷ்கிந்தா நகரத்திற்கு வந்து சேர்ந்தான். அந்தக் கிஷ்கிந்தா நகரத்தில் அப்போது சுக்கிரீவன் என்ற ராஜா அரசு செலுத்தினான். இவனுக்கு முன் இவனுடைய தமையனாகிய வாலி ஆண்டான். வாலிக்கும் ராவணனுக்கும் மிகுந்த சிநேகம். இரண்டு பேரும் ஒரு பள்ளிக்கூடத்திலே கணக்கு வாசித்தார்கள். மூன்று உலகத்திலும் கப்பம் வாங்கின ராவணனன் 'கிஷ்கிந்தா பட்டணத்துக்கு வாலி யாதொரு கப்பமும் செலுத்த வேண்டியதில்லையென்று சொல்லிவிட்டான்.

இந்த வாலி தூங்கிக் கொண்டிருக்கையில் தம்பி சுக்கிரீவன் இவன் கழுத்தை மண்வெட்டியால் வெட்டியெறிந்துவிட்டு இவன் மனைவியாகிய தாரையை வலிமையால் மணந்து கொண்டு அனுமான் என்ற மந்திரியின் தந்திரத்தால் ராஜ்யத்தை வசப்படுத்திக் கொண்டான். இதைக் கேட்டு ராவணன் மகா கோபத்துடன் சுக்கிரீவனுக்குப் பின்வருமாறு ஓலையெழுதியனுப்பினான்.

"கிஷ்கிந்தையின் சுக்கிரீவனுக்கு இலங்கேசனாகிய ராவணன் எழுதிக் கொண்டது. நமது சிநேகனைக் கொன்றாய். உன் அண்ணனைக் கொன்றாய், அரசைத் திருடினாய். இந்த ஓலை கண்டவுடன் தாரையை இலங்கையிலுள்ள கன்யாஸ்திரீ மடத்துக்கு அனுப்ப வேண்டும். ராஜ்யத்தை வாலி மகன் அங்கதனிடம் கொடுக்க வேண்டும். நீ சந்நியாசம் பெற்றுக்கொண்டு ராஜ்யத்தை விட்டு வெளியேறிவிட வேண்டும். இந்த உத்தரவுக்குக் கீழ்ப்படாத விஷயத்தில் உன் மீது படையெடுத்து வருவோம்."

மேற்படி உத்தரவு கண்டவுடன் சுக்கிரீவன் பயந்து போய் அனுமானை நோக்கி 'என்ன செய்வோம்? என்று கேட்டான். அனுமான் சொல்லிய யோசனை என்னவென்றால்,

'வாலியிடம் பிடித்துக்கொண்ட தாரையையும் பதினேழு வயதுக்குட்பட்ட வேறு பதினேழரைக் கோடிப் பெண்களையும் ராவணனுக்கு அடிமையாக அனுப்ப வேண்டும். ராவணனாலே ஆதரித்துப் போற்றப்படும் வைதிக ரிஷிகளின் யாகச் செலவுக்காக நாற்பதுகோடி ஐம்பது லட்சத்து முப்பத்து நாலாயிரத்து இருநூற்று நாற்பது ஆடுமாடுகளும், தோற் பைகளில் ஒவ்வொரு பை நாலாயிரம் படி கொள்ளக் கூடிய நானூறு கோடிப் பைகள் நிறைய சோமரசம் என்ற சாறும் அனுப்பி அவனைச் சமாதானம் செய்து கொள்ள வேண்டும். இளவரசுப் பட்டம் அங்கதனுக்குச் சூட்டுவதாகவும் வருஷந்தோறும் நாலாயிரம் கோடிப் பொன் கப்பம் கட்டுவதாகவும் தெரிவிக்க வேண்டும். இத்தனையும் செய்தால் பிழைப்போம்' என்று அனுமான் சொன்னான்!

சுக்கிரீவன் அப்படியே அடிமைப் பெண்களும் ஆடுமாடுகளும் சாறும், முதல் வருஷத்துக் கப்பத் தொகையும் சேகரம் பண்ணி அத்துடன் ஓலையெழுதித் தூதர் வசம் கொடுத்தனுப்பினான். தூதர்கள் ஆடுமாடுகளையும், சாற்றையும் ராவணன் அரண்மனையிலே சேர்ப்பித்தார்கள். அடிமைப் பெண்களையும் பணத்தையும் முனிவரிடம் கொடுத்தார்கள். ஓலையை ராவணனிடம் கொடுத்தனர். போகிற வழியில் தூதர் அடிக்கடி தோற்பயிலுள்ள சாற்றை குடித்துக் கொண்டு போனபடியால் தாறுமாறாக வேலை செய்தார்கள். ராவணன் தனது நண்பருடன் ஆடுமாடுகளையெல்லாம் அப்போதே கொன்று தின்று அந்தச் சாற்றையும் குடித்து முடித்தவுடனே ஓலையைப் பிரித்து வாசித்துப் பார்த்தான். அடிமைப் பெண்களும் பணமும் ஏன் தன் வசம் வந்து

சேரவில்லையென்று விசாரணை செய்தான். முனிவர்களின் மடங்களில் சேர்த்துவிட்டதாகவும், அவர்கள் அந்தப் பணத்தையெல்லாம் யாகத்திலே தட்சிணையாக்கி யெடுத்துக் கொண்டபடியால், இனிமேல் திருப்பிக் கொடுப்பது சாஸ்திர விரோதமென்று சொல்லுவதாகவும், அடிமைப் பெண்கள் ஆசிரமங்களிலிருந்து பெரும்பாலும் ஓடிப் போய் விட்டதாகவும் செய்தி கிடைத்தது.

தூதர்களையெல்லாம் உடனே கொல்லச் சொல்லிவிட்டு அந்த க்ஷணமே சுக்கிரீவன் மேல் படையெடுத்துச் செல்லும்படி சேனாதிபதியிடம் ஆக்கினை செய்தான். அப்படியே நல்லதென்று சொல்லி சேனாதிபதி போய்ப் படைகளைச் சேகரித்தான். இந்தச் செய்தியெல்லாம் வேவுகாரர் மூலமாகக் கிஷ்கிந்தைக்குப் போய் எட்டிவிட்டது. உடனே அனுமான் சொற்படி சுக்கிரீவன் தனது படைகளைச் சேர்த்தான். ராவணன் படை தயாரான பிறகும், அதை நல்ல லக்னம் பார்த்து அனுப்ப வேண்டுமென்று காத்துக் கொண்டிருந்தான். இதற்குள்ளே அனுமான் தன்னுடைய ஜாதி ஒரு விதமான லேசான குரங்கு ஜாதியாகையால் விரைவாகக் குரங்குப் படைகளைத் திரட்டிக் கொண்டு இலங்கையை நோக்கிப் புறப்பட்டான். இவனுடைய சேனையிலே ராம லட்சுமணரும் போய்ச் சேர்ந்தார்கள். இந்தச் சேனையிலே நாற்பத்தொன்பது கோடியே தொண்ணூற்று நாலு லட்சத்து முப்பத்தேழாயிரத்து முந்நூற்றைம்பத்தாறு காலாளும், அதற்கிரட்டிப்பு குதிரைப் படையும், அதில் நான்கு மடங்கு தேரும், அதில் எழுபது மடங்கு யானைகளும் வந்தன.

இவர்கள் இலங்கைக்கு வருமுன்னாகவே ராவணன் சேனையிலிருந்து ஒரு பகுதி இவர்களை எதிர்த்துக் கொன்று முடித்துவிட்டன. ராம லட்சுமணர் மாத்திரம் சில சேனைப் பகுதிகளை வைத்துக்கொண்டு ரகசியமாக இலங்கைக்குள்ளே வந்து நுழைந்து விட்டார்கள். இந்தச் செய்தி ராவணன் செவியிலே பட்டது. உடனே ராவணன் 'ஹா! ஹா! ஹா! நமது நகரத்திற்குள் மனிதர் சேனை கொண்டு வருவதா! இதென்ன வேடிக்கை! ஹா! ஹா! ஹா!' என்று பேரிரைச்சல் போட்டான். அந்த ஒலியைக் கேட்டு ஆதிசேஷன் செவிடனாய் விட்டான். சூரியமண்டலம் தரை மேலே விழுந்தது. பிறகு ராவணன் ராமனுடைய சேனைகளை அழித்து, அவனையும் தம்பியையும் பிடித்துக் கொண்டு வரும்படி செய்து, இராஜகுமாரர் என்ற இரக்கத்தினால் கொல்லாமல் விட்டு, அவ்விருவரையும் தனது வேலையாட்களிடம் ஒப்புவித்து ஜனகன் வசம் சேர்க்கும்படி அனுப்பினான். பிறகு சீதையும் மிதிலைக்குப் போய்ச் சேர்ந்தாள்.

மறுபடி, ஜனகன் கிருபை கொண்டு அந்த ராஜனுக்கே சீதையை விவாகம் செய்து கொடுத்துவிட்டான். அப்பால் ராம லட்சுமணர் அயோத்திக்குப் போய்ப்

பரதனுக்குப் பணிந்து நடந்தார்கள். இதுதான் நிஜமான "ராமாயணக் கதை" என்று வக்ரமுக சாஸ்திரி ரீவண நாயக்கன் சபையிலே கதை சொன்னான்.

அப்போது ரீவணன்: "சாஸ்திரியாரே, குதிரைக்கு ஏன் கொம்பில்லை என்று கேட்டால் இன்னும் அதற்கு மறுமொழி வரவில்லையே?" என்று கேட்டான்.

வக்ரமுக சாஸ்திரி சொல்லுகிறான்.

ராமன் படையெடுத்து வந்த செய்தி கேட்டு, ராவணன் "ஹா", "ஹா", "ஹா", என்று கூச்சலிட்டபோது, சத்தம் பொறுக்கமாட்டாமல் சூரியமண்டலம் கீழே விழுந்ததென்று சொன்னேனன்றோ? அப்போது சூரியனுடைய குதிரையேழுக்கும் கொம்பு முறிந்து போய்விட்டது.

சூரியன் வந்து ராவணன் பாதத்தில் விழுந்து, "என் குதிரைகள் சாகா வரமுடையன. இவற்றைப் போல் வேகம் வேறு கிடையாது. இவற்றிற்குக் கொம்பு முறிந்து போய் விட்டது. இனி உலகத்தாரெல்லாம் என்னை நகைப்பார்கள். என்ன செய்வேன்?" என்று அழுது முறையிட்டான். ராவணன் அந்தச் சூரியனிடம் கிருபை கொண்டு பிரமதேவனிடம், "இனிமேல் ஒரு குதிரைக்கும் கொம்பில்லாதபடி படைக்க வேண்டும். அவ்வாறு செய்தால் சூரியனுடைய குதிரைகளை யாரும் நகைக்க இடமிராது" என்று சொன்னான். அது முதலாக இன்று வரை குதிரைக்குக் கொம்பில்லாமல் பிரமதேவன் படைத்துக் கொண்டு வருகிறான்.

இவ்விதமாக வக்ரமுக சாஸ்திரி சொல்லியதைக் கேட்டு ரீவண நாயக்கன் மகிழ்ச்சி கொண்டு மேற்படி சாஸ்திரிக்கு அக்ஷரத்துக்கு லட்சம் பொன்னாக அவர் சொல்லிய கதை முழுவதிலும் எழுத்தெண்ணிப் பரிசு கொடுத்தான்.

---

8. அர்ஜுன சந்தேகம்

ஹஸ்தினாபுரத்தில் துரோணாசாரியாரின் பள்ளிக்கூடத்தில் பாண்டு மகாராஜாவின் பிள்ளைகளும் துரியோதனாதிகளும் படித்து வருகையில், ஒரு நாள் சாயங்கால வேளையில் காற்று வாங்கிக்கொண்டு வரும்போது, அர்ஜுனன் கர்ணனைப் பார்த்து:- "ஏ, கர்ணா சண்டை நல்லதா? சமாதானம் நல்லதா?" என்று கேட்டான். (இது மஹாபாரதத்திலே ஒரு உபகதை; சாஸ்திர ப்ரமாணமுடையது; வெறும் கற்பனையன்று).

"சமாதானம் நல்லது" என்று கர்ணன் சொன்னான்.

"காரணமென்ன?" என்று கிரீடி கேட்டான்.

கர்ணன் சொல்லுகிறான்:- "அடே, அர்ஜுனா, சண்டை வந்தால் நான் உன்னை அடிப்பேன். அது உனக்குக் கஷ்டம். நானோ இரக்கச் சித்தமுடையவன். நீ கஷ்டப்படுவதைப் பார்த்தால் என் மனம் தாங்காது. ஆகவே இரண்டு பேருக்கும் கஷ்டம். ஆதலால் சமாதானம் சிறந்தது" என்றான்.

அர்ஜுனன்:-"அடே கர்ணா, நம் இருவரைக் குறித்து நான் கேட்கவில்லை. பொதுப்படையாக உலகத்தில் சண்டை நல்லதா? சமாதானம் நல்லதா? என்று கேட்டேன்" என்றான்.

அதற்குக் கர்ணன்:-"பொது விஷய ஆராய்ச்சிகளில் எனக்கு ருசியில்லை" என்றான்.

இந்தப் பயலைக் கொன்று போடவேண்டும் என்று அர்ஜுனன் தன் மனதுக்குள்ளே தீர்மானம் செய்து கொண்டான். பிறகு அர்ஜுனன் துரோணாச்சாரியாரிடம் போய் அதே கேள்வியைக் கேட்டான்.

"சண்டை நல்லது" என்று துரோணாசார்யர் சொன்னார்.

"எதனாலே?" என்று பார்த்த்ன் கேட்டான்.

அப்போது துரோணாசார்யர் சொல்லுகிறார்:- "அடே விஜயா, சண்டையில் பணம் கிடைக்கும்; கீர்த்தி கிடைக்கும், இல்லாவிட்டால் மரணம் கிடைக்கும். சமாதானத்தில் சகலமும் சந்தேகம்-ஸ-ஸ-ஸ-" என்றார்.

புறகு அர்ஜுனன் பீஷ்மாசார்யரிடம் போனான். "சண்டை நல்லதா, தாத்தா, சமாதானம் நல்லதா?"என்று கேட்டான். அப்போது கங்கா புத்திரனாகிய அந்தக்

கிழவனார் சொல்லுகிறார்:-"குழந்தாய், அர்ஜுனா, சமாதானமே நல்லது. சண்டையில் நம்முடைய ஷத்திரிய குலத்திற்கு மகிமையுண்டு. ஸமாதானத்தில் லோகத்துக்கே மகிமை" என்றார்.

"நீர் சொல்லுவது நியாயமில்லை" என்று அர்ஜுனன் சொன்னான்.

"காரணத்தை முதலாவது சொல்லவேண்டும். அர்ஜுனா, தீர்மானத்தை அதன்பிறகு சொல்லவேண்டும்" என்றார் கிழவர்.

அர்ஜுனன் சொல்லுகிறான்:- "தாத்தாஜீ, சமாதானத்தில் கர்னன் மேலாகவும் நான் தாழ்வாகவும் இருக்கிறோம். சண்டை நடந்தால் உண்மை வெளிப்படும்" என்றான்.

அதற்கு பீஷ்மாசார்யர்:- "குழந்தாய், தர்மம் மேன்மையடையவும், சண்டையாலேனும், சமாதானத்தாலேனும், தர்மம் வெல்லத்தான் செய்யும். ஆதலால் உன் மனதில் கோபங்களை நீக்கி சமாதானத்தை நாடு. மனுஷ்ய ஜீவரெல்லாம் உடன் பிறந்தாரைப் போலே, மனுஷ்யர் பரஸ்பரம் அன்போடிருக்க வேண்டும். அன்பே தாரகம், முக்காலும் சொன்னேன். அன்பே தாரகம்" என்று சொல்லிக் கண்ணீர் ஒரு திவலை உதிர்த்தார்.

சில தினங்களுக்குப்பால் அஸ்தினாபுரத்துக்கு வேதவியாஸர் வந்தார். அர்ஜுனன் அவரிடம் போய்ச் சண்டை நல்லதா, சமாதானம் நல்லதா என்று கேட்டான்.

அப்போது வேதவியாஸர் சொல்லுகிறார்:- "இரண்டும் நல்லன, சமயத்துக்குத் தக்கபடி செய்ய வேண்டும்" என்றார்.

பல வருஷங்களுக்கப்பால் காட்டில் இருந்து கொண்டு துர்யோதனாதிகளுக்கு விடுக்கு முன்பு, அர்ஜுனன் கிருஷ்ணனை அழைத்து "கிருஷ்ணா, சண்டை நல்லதா சமாதானம் நல்லதா?" என்று கேட்டான்.

அதற்குக் கிருஷ்ணன்:- "இப்போதைக்கு சமாதானம் நல்லது. அதனாலே சமாதானம் வேண்டி ஹஸ்தினாபுரத்திற்குப் புறப்படப்போகிறேன்" என்றாராம்.

----

9. தேவ விகடம்

நாரதர் கைலாசத்துக்கு வந்தார். நந்திகேசுரர் அவரை நோக்கி, "நாரதரே, இப்போது சுவாமி தரிசனத்துக்கு சமயமில்லை. அந்தப்புரத்தில் சுவாமியும் தேவியும் ஏதோ பேசிக் கொண்டிருக்கிறார்கள். இன்னும் ஒரு ஜாமம் சென்ற பிறகு தான் பார்க்க முடியும். அதுவரை இங்கு உட்கார்ந்திரும், ஏதேனும் வார்த்தை சொல்லிக் கொண்டிருக்கலாம்" என்றார்.

அப்படியே நாரதர் வலப் பக்கம் உட்கார்ந்தார். அங்கே பிள்ளையாரும் வந்து சேர்ந்தார். பக்கத்தில் நின்ற பூதமொன்றை நோக்கி நந்திகேசுரர் "முப்பது வண்டி கொழுக்கட்டையும், முந்நூறு குடத்தில் பாயசமும் ஒரு வண்டி நிறைய வெற்றிலைபாக்கும் கொண்டுவா" என்று கட்டளையிட்டார்.

இமைத்த கண்ட மூடும்முன்பாக மேற்படி பூதம் பக்ஷணாதிகளைக் கொண்டு வைத்தது. பிள்ளையார் கொஞ்சம் சிரமபரிகாரம் பண்ணிக் கொண்டார். நாரதரோ ஒரு கொழுக்கட்டையை யெடுத்துத் தின்று அரைக்கிண்ணம் ஜலத்தைக் குடித்தார். நந்திகேசுரர் பக்கத்தில் வைத்துக் கொண்டிருந்த இரண்டு மூட்டை பருத்திக் கொட்டையையும், இரண்டு கொள்ளு மூட்டைகளையும், அப்படியே இரண்டு மூட்டை உளுந்தையும், இரண்டு மூன்று கட்டுப் புல்லையும் ஒரு திரணம் போலே விழுங்கிவிட்டுக் கொஞ்சம் தீர்த்தம் சாப்பிட்டார்.

பிறகு வார்த்தை சொல்லத் தொடங்கினார்கள்.

பிள்ளையார் கேட்டார்; நாரதரே, சமீபத்தில் ஏதேனும் கோள் இழுத்துவிட்டீரா? எங்கேனும் கலகம் விளைவித்தீரா?

நாரதர் சொல்லுகிறார்: கிடையாது சுவாமி. நான் அந்தத் தொழிலையே விட்டு விடப்போகிறேன். இப்போதெல்லாம் தேவாசுரர்களுக்குள்ளே சண்டை மூட்டும் தொழிலை ஏறக்குறைய நிறுத்தியாய் விட்டது. மனுஷ்யர்களுக்குள்ளேதான் நடத்தி வருகிறேன்.

பிள்ளையார்: சமீபத்தில் நடந்ததைச் சொல்லும்.

நாரதர் சொல்லுகிறார்: விழுப்புரத்திலே ஒரு செட்டியார், அவர் பெரிய லோபி; தஞ்சாவூரிலே ஒரு சாஸ்திரி, அவர் பெரிய கர்வி. செட்டியாருக்குச் செலவு மிகுதிப்பட்டுப் பார்ப்பானுக்குக் கர்வம் குறையும்படி செய்ய வேண்டுமென்று எனக்குத் தோன்றிற்று. ஆறு மாதத்துக்கு முன்பு இந்த யோசனை யெடுத்தேன்.

நேற்றுதான் முடிவு பெற்றது. முதலாவது, பார்ப்பான் விழுப்புரத்துக்கு வரும்படி செய்தேன்.

பிள்ளையார்: எப்படி?

நாரதர்: செட்டியாரின் சொப்பனத்திலே போய்த் தஞ்சாவூரில் இன்ன தெருவில் இன்ன பெயருள்ள சாஸ்திரியிருக்கிறார். அவரைக் கூப்பிட்டால், உமக்குப் பலவிதமான தோஷ சாந்திகள் செய்வித்து ஆண் பிள்ளை பிறக்கும்படி செய்வார் என்று சொன்னேன். அப்படியே செட்டியாரிடம் போனால் உமக்குப் பணமும் கீர்த்தியும் மிகுதிப்பட வழியுண்டென்று பார்ப்பானுடைய கனவிலே போய்ச் சொன்னேன். செட்டியார் காயிதம் போடு முன்பாகவே பார்ப்பான் விழுப்புரத்திலே செட்டியார் வீட்டுக்கு வந்து சேர்ந்தான். செட்டியாருக்குக் குழந்தை பிறக்கும்படி ஹோமம் பண்ணத் தொடங்கினான். பார்ப்பான் காசை அதிகமாகக் கேட்டான். பாதியிலே செட்டியார் ஹோமத்தை நிறுத்திவிட்டுப் பார்ப்பானை வீட்டுக்குப் போகும்படி சொல்லி விட்டார். பிறகு பக்கத்துத் தெருவில் ஒரு வீட்டில் ஒரு வருஷ காலமிருந்து பகவத்கீதை பிரசங்கம் செய்யும்படி சாஸ்திரியை அந்த வீட்டு பிரபு வேண்டிக்கொண்டார். மேற்படி பிரபுவுக்கும் அந்தச் செட்டியாருக்கும் ஏற்கெனவே மனஸ்தாபம். செட்டியார் தனக்கு முப்பதினாயிரம் பொன் கொடுக்க வேண்டுமென்று அந்தப் பிரபு நியாயஸ்தலத்தில் வழக்குப் போட்டிருந்தார். செட்டியார் அந்தப் பணத்தைத்தான் கொடுத்துவிட்டதாகவும், நம்பிக்கையினால் கையெழுத்து வாங்கத் தவறினதாகவும், வேறு ஒன்றும் சொல்ல வேண்டியதில்லை என்றும் சொன்னார். நியாயஸ்தலத்தில் செட்டியார் வாதத்திற்குத் தக்க ஆதாரமில்லை என்றும், பிரபுவுக்குப் பணம் சிலவுட்பட கொடுக்க வேண்டும் என்றும் தீர்ப்பாயிற்று.

செட்டியாரிடமிருந்த (கழனித் தொழில்) அடிமையொருவன் கள்ளுக்குக் காசு வாங்குவதற்காக இவரிடம் வந்து, செட்டியாருக்கு யாரோ ஒரு அய்யர் சூனியம் வைக்கிறாரென்று மாரியம்மன் ஆவேசம் வந்தபோது, தன்னுடைய பெண்டாட்டி சொன்னதாகச் சொல்லிவிட்டான். செட்டியார், தன்னுடைய எதிரி வீட்டிலே போய் இருந்து தஞ்சாவூர்ப் பார்ப்பானே சூனியம் வைக்கிறானென்னும், அதனாலே தான் எதிரிக்கு வழக்கு ஜயமாகித் தனக்குத் தோற்றுப் போய் விட்டதென்றும் உறுதியாக நினைத்துக் கொண்டார். ஒரு மனுஷ்யனை அனுப்பித் தன் எதிரியின் வீட்டிலே எதிரியும் சாஸ்திரியும் என்ன பேசிக் கொள்ளுகிறார்களென்பதைத் தெரிந்து கொண்டு வரும்படி ஏற்பாடு செய்தார். அந்த ஆளுக்கு மூன்று பொன் கொடுத்தார். இந்த வேவுகாரன் போய்க் கேட்கையிலே அந்த சாஸ்திரியும் வீட்டுக்காரப் பிரபுவும் வேதாந்தம் பேசிக் கொண்டிருந்தார்கள்.

பிரமந்தான் சத்யம்
மற்ற தெல்லாம் சூன்யம்

என்று சாஸ்திரி சொன்னான். இதைக் கேட்டு வேவுகாரன் செட்டியாரிடம் வந்து எதிரி பக்கத்துக்குச் சூனியம் வைக்க வேண்டுமென்று பேசிக் கொள்ளுகிறார்கள் என்று கதை சொன்னான். செட்டியார் "பிரமாணம் பண்ணுவாயா?" என்று கேட்டார். "நிச்சயமாகப் பிரமாணம் பண்ணுவேன். சாஸ்திரி வாயினால் சூனியம் என்று சொன்னதை என்னுடைய காதினால் கேட்டேன். நான் சொல்வது பொய்யானால் என் பெண்டாட்டி வாங்கியிருக்கும் கடன்களையெல்லாம் மோட்டுத் தெருப் பிள்ளையார் கொடுக்கக் கடவது" என்று வேவுக்காரன் சொன்னான். இப்படி நாரதர் சொல்லி வருகையிலே, பிள்ளையார் புன்சிரிப்புடன், "அடா! துஷ்டப் பயலே! அவன் பெண்டாட்டியினுடைய கடன்களையெல்லாம் நானா தீர்க்க வேண்டும்! இருக்கட்டும்! அவனுக்கு வேண்டிய ஏற்பாடு செய்கிறேன்" என்றார்.

அப்பால் நாரதர் சொல்கிறார்: மேற்படி வேவுகாரன் வார்த்தையைக் கொண்டு செட்டியார் தன் எதிரியையும் எதிரிக்குத் துணையான தஞ்சாவூர் சாஸ்திரியையும் பெரிய நஷ்டத்துக்கும் அவமானத்துக்கும் இடமாக்கி விடவேண்டுமென்று துணிவு செய்து கொண்டார். ஒரு கள்ளனைக் கூப்பிட்டுத் தன் எதிரி வீட்டில் போய்க் கொள்ளையிடும்படிக்கும் சாஸ்திரியின் குடுமியை நறுக்கிக் கொண்டு வரும்படிக்கும் சொல்லிக் கைக்கூலியாக நூறு பொன் கொடுத்தார். இதுவரை செட்டியாரின் அழுக்குத் துணியையும், முக வளைவையும் கண்டு செட்டியார் ஏழையென்று நினைத்திருந்த கள்ளன், செட்டியார் நூறு பொன்னைக் கொடுத்ததிலிருந்து இவரிடத்திலே பொற்குவை யிருக்கிறதென்று தெரிந்து கொண்டான். மறுநாள் இரவிலே நான்கு திருடரை அனுப்பிச் செட்டியார் வீட்டிலிருந்த பொன்னையெல்லாம் கொள்ளை கொண்டு போய்விட்டான்.

செட்டியாரிடம் கொண்ட பொருளுக்குக் கைம்மாறாக அவரிடம் ஏதேனும் கொடுக்க வேண்டுமென்று நினைத்துச் செட்டியாரின் கட்டளைப்படியே சாஸ்திரியின் குடுமியை நறுக்கிச் செட்டியாரிடம் கொண்டு கொடுத்தான். பொன் களவு போன பெட்டியிலே இந்தக் குடுமியை வாங்கிச் செட்டியார் பூட்டி வைத்துக் கொண்டார். பார்ப்பான் கர்வ மடங்கித் தஞ்சாவூருக்குப் போய்ச் சேர்ந்தான். நேற்று மாலையிலே தான் தஞ்சாவூரில் தன் வீட்டிலே போய் உட்கார்ந்து, "தெய்வமே, நான் யாருக்கும் ஒரு தீங்கு நினைத்ததில்லையே! அப்படி யிருந்தும் எனக்கு இந்த அவமானம் வரலாமா?" என்று நினைத்து அழுது கொண்டிருந்தான். அப்போது நான் ஒரு பிச்சைக்காரன் வேஷத்துடன் வீதியிலே பின்வரும் பாட்டைப் பாடிக் கொண்டு போனேன்.

"கடலைப் போலே கற்றோ மென்றே
கருவங் கொண்டாயே
கல்லா ரென்றே நல்லார் தம்மைக்
கடுமை செய்தாயே"

இவ்வாறு நாரதர் சொல்லியபோது நந்திகேசுரர், "இந்தக் கதை நடந்ததா? கற்பனையா?" என்று கேட்டார். நாரதர், "கற்பனைதான்; சந்தேகமென்ன?" என்றார். பிள்ளையார் கோபத்துடன், "ஏன் காணும்! நிஜம்போல் சொல்லிக் கொண்டிருந்தீரே! உண்மையென்றல்லவோ நான் இதுவரை செவி கொடுத்துக் கேட்டேன். இதெல்லாம் என்ன, குறும்பா உமக்கு?" என்றார்.

"குறும்பில்லை. வேண்டுமென்றுதான் பொய்க் கதை சொன்னேன்" என்று நாரதர் சொன்னார்.

"ஏன்?" என்றார் பிள்ளையார்.

அதற்கு நாரதர், "நந்திகேசுரருக்குப் பொழுது போக்கும் பொருட்டாகக் கதை சொல்லச் சொன்னார்; சொன்னேன். தாங்கள் கேட்டதையும் அதோடு சேர்த்துக் கொண்டேன்" என்றார்.

"நான் கேட்ட" விளையாட்டாக்கி நீர் நந்திக்குத் திருப்தி பண்ணினீரா? என்ன நந்தி இது? எஜமான் பிள்ளை நானா நீயா?" என்று பிள்ளையார் கோபித்தார்.

அப்போது நந்திகேசுரர் முகத்தைச் சுளித்துக் கொண்டு, "பிள்ளையாரே, உமக்கு எவ்வளவு கொழுக்கட்டை கொடுத்தாலும் ஞாபகமிருப்பதில்லை. வாயில் காக்கும் வேலை எனக்கு; உமக்குப் பொழுது போகாமல் போனால் வேலை செய்பவரை வந்து தொல்லைப்படுத்துகிறீரா? முருகக் கடவுள் இப்படியெல்லாம் செய்வது கிடையாது. அவர் மேலே தான் அம்மைக்குப் பட்சம். நீர் இங்கிருந்து போம். இல்லாவிட்டால் அம்மையிடம் போய்ச் சொல்லுவேன்" என்றார்.

அப்போது நாரதர் சிரித்து, "தேவர்களுக்குள்ளே கலகமுண்டாக்கும் தொழிலை நான் முழுதும் நிறுத்தி விடவில்லை" என்றார்.

பிள்ளையாரும், நந்திகேசுரரும் வெட்கமடைந்து நாரதருடைய தலையில் இலேசான வேடிக்கைக் குட்டு இரண்டு குட்டினார்கள்.

அப்போது நாரதர் சிரித்துக் கொண்டு சொல்லுகிறார்: "நேற்றுக் காலையிலே பிருஹஸ்பதியிடம் பேசிக் கொண்டிருக்கும்போது அவர்; இன்று என்னுடைய

ஜன்ம நட்சத்திரத்திற்குள்ளே அவருடைய கிரகம் நுழையப் போகிறதென்றும், அதனால் இன்று என்னுடைய தலையில் நந்திகேசுரரும், பிள்ளையாரும் குட்டுவார்களென்றும் சோதிடத்திலே பார்த்துச் சொன்னார். உம்முடைய கிரகசாரங்களெல்லாம் நம்மிடத்திலே நடக்காதென்று சொன்னேன். பந்தயம் போட்டோம். நீங்கள் இருவரும் என்னைக் குட்டினால் நான் அவரிடத்தில் பதினாயிரம் பஞ்சாங்கம் விலைக்கு வாங்குவதாக ஒப்புக் கொண்டேன். நீங்கள் குட்டாவிட்டால் நமக்கு தேவலோகத்தில் ஆறு சங்கீதக் கச்சேரி இந்த மாதத்தில் ஏற்படுத்திக் கொடுப்பதாக வாக்குக் கொடுத்தார். அவர் கட்சி வென்றது. பதினாயிரம் பஞ்சாங்கம் விலைக்கு வாங்க வேண்டும்."

அப்போது பிள்ளையார் இரக்கத்துடன் "பதினாயிரம் பஞ்சாங்கத்துக்கு விலையென்ன?" என்று கேட்டார்.

நாரதர், "இருபதினாயிரம் பொன்னாகும்" என்றார். பிள்ளையார் உடனே ஒரு பூதத்தைக் கொண்டு நாரதரிடம் இருபதினாயிரம் பொன் கொடுத்துவிடச் சொன்னார். பூதம் அப்படியே அரண்மனைப் பணப் பெட்டியிலிருந்து இருபதினாயிரம் பொன் நாரதரிடம் கொடுத்து பிள்ளையார் தர்மச் செலவு என்று கணக்கெழுதிவிட்டது. பிறகு பிள்ளையார் நாரதரை நோக்கி, "இந்தப் பந்தயக் கதை மெய்யா? அல்லது இதுவும், பொய்தானா?" என்று கேட்டார்.

"பொய்தான்; சந்தேகமென்ன?" என்று சொல்லிப் பணத்தைக் கீழே போட்டுவிட்டு நாரதர் ஓடியே போய்விட்டார்.

---

10. அபயம்

காட்டில் ஒரு ரிஷி பதினாறு வருடம் கந்தமூலங்களை உண்டு தவம் செய்து கொண்டிருந்தார். அவர் பெயர் வாமதேவர். ஒரு நாள் அவருக்குப் பார்வதி பரமேசுவரர் பிரத்யக்ஷமாகி, "உமக்கு என்ன வரம் வேண்டும்" என்று கேட்டார்கள். "நான் எக்காலத்திலும் சாகாமல் இருக்க வேண்டும்" என்று வாமதேவரிஷி சொன்னார். அந்தப்படியே வரம் கொடுத்து விட்டுப் பார்வதி பரமேசுவரர் அந்தர்த்தனமாய் விட்டனர்.

அந்த வரத்தை வாங்கிக் கொண்டு வாமதேவ ரிஷி காசி நகரத்தில் கங்காநதி தீரத்தில் ஒரு குடிசை கட்டிக் கொண்டு அங்கே குடியிருந்தார். அவரிடத்தில் காசிராஜன் வந்து தனக்கு ஆத்ம ஞானத்தை உபதேசிக்க வேண்டும் என்று கேட்டான்.

அப்போது வாமதேவர் சொல்கிறார்: "ராஜனே, எப்போதும் பயப்படாமல் இரு; பயமில்லாத நிலைமையே தெய்வம். பயத்தை விட்டவன் தெய்வத்தைக் காண்பான்" என்றார்.

இது கேட்டுக் காசிராஜன் சொல்லுகிறான்: "முனிவரே, நான் ஏற்கெனவே பூமண்டலாதிபதியாக வாழ்கிறேன், எனக்கு எதிலும் பயமில்லை" என்றான்.

வாமதேவர்: "நீ பூமி முழுவதையும் ஆளவில்லை. உன்னைவிடப் பெரிய மன்னர் பூமியில் ஆயிரம் பேர் இருக்கிறார்கள். அவர்களில் எவராவது உன்மீது படையெடுத்து வந்தால் நீ நடுங்கிப் போவாய். மேலும் இந்த நிலையில் நீ உனது பத்தினிக்குப் பயப்படுகிறாய். மந்திரிகளுக்குப் பயப்படுகிறாய். வேலைக்காரருக்குப் பயப்படுகிறாய். குடிகளுக்கெல்லாம் பயப்படுகிறாய். விஷ ஜந்துகளுக்குப் பயப்படுகிறாய். மரணத்துக்குப் பயப்படுகிறாய். நீ பயமில்லை என்று சொல்வது எனக்கு நகைப்பை உண்டாக்குகிறது" என்றார்.

இதைக் கேட்டு காசிராஜன்: "இவ்விதமான பயங்கள் தீர்வதற்கு வழியுண்டோ?" என்று வினவினான்.

அதற்கு வாமதேவர் சொல்லுகிறார்: "அடே ராஜா, நீ மூடன்" என்றார்.

காசிராஜா அவரைக் கையிலே ஒரு அடி அடித்தான்.

அப்போது வாமதேவர்: "அடே ராஜா, நீ எத்தனை அடி அடித்தபோதிலும் மூடன்தான்" என்று சொன்னார். காசிராஜன் தலை தெரியாமல் கோபப்பட்டு வாமதேவர் கையிலிருந்த வேத புஸ்தகத்தை வாங்கிக் கிழித்துப் போட்டான்.

அப்போது வாமதேவர்: "அடே ராஜா, வேதத்தைக் கிழித்தாய். இதற்குத் தெய்வத்தின் தண்டனை உண்டாகலாம்" என்று சொன்னார்.

அதற்குக் காசிராஜா, "ஏ வேதரிஷீ, தெய்வத்துக்குக் கண் உண்டு. அறியாமல் செய்த குற்றத்துக்குத் தண்டனை இல்லை. நான் வேத நூல் என்பதைப் பார்க்கவில்லை. அடித்தும் பயன்படாத உன்னை என்ன செய்வதென்று தெரியாமல் கோபாக்கிராந்தனாய் அஞ்ஞானத்திலே செய்தேன். என்னைத் தெய்வம் மன்னிக்கும் உனக்கும் மன்னிப்புண்டாகுக" என்றான்.

அப்போது வாமதேவர், "அடே ராஜா, நீ நம்முடைய சிஷ்யனாகத் தகும். கோபம் வருவது க்ஷத்திரியகுணம்; அதே க்ஷத்திரிய தர்மம், அதைக் கைவிடாதே. இதற்கு மேல் மற்றொரு விஷயம் சொல்லுகிறேன், கேள். நமக்கு இந்த உலகம் கடுகு மாத்திரம். உலகம் சின்னக்கடுகு. அதற்கு வெளிப்புறத்திலே நாம் நின்று அதனை நாம் பார்வையிடுகிறோம். நாம் நிற்பது பிரம்ம ஸாயுஜ்ய பதவியிலே. பிரம்ம ஸாயுஜ்ய பதவியிலேயே இருப்பவன் பிராம்மணன். இந்தக் கொள்கையை நீயும் கூடியவரை அனுசரித்தால் உனக்கும் நன்மையுண்டாகும். இந்தச் சமயம் உனக்கு நாம் அபயம் கொடுத்தோம். நமக்குப் பார்வதி-பரமேசுபரர் சாகாதவரம் கொடுத்திருக்கிறார்கள். அதில் உனக்கும் வாகம் கொடுத்தோம். ஏனென்றால் அது வற்றாத அமிர்தம். இனிமேல் பிராம்மணர்களை அவசரப்பட்டு அடிக்காதே; சௌக்கியமாக அமிர்தமுண்டிரு" என்று சொல்லிவிட்டுப் போனதாக ஒரு பெரியவர் என்னிடம் ஒரு கதை சொன்னார்.

----

11. மழை

ஓம், ஓம் ஓம் என்று கடல் ஒலிக்குது, காற்று சுழித்துச் சுழித்து வீசுது, மணல் பறக்குது, வான் இருளுது, மேகம் சூழுது. கடற்கரையில் காற்று வாங்க வந்த ஜனங்கள் கலைந்து வீட்டுக்குத் திரும்புகிறார்கள்.

நானும், ராமராயரும் வேணு முதலியும், வாத்தியார் பிரமராய அய்யரும் இன்னும் சிலருமாகக் கடற்கரை மணல் மேலே உட்கார்ந்து வார்த்தை சொல்லிக் கொண்டிருந்தோம். மின்னல் வெட்டு அதிகப்படுகிறது. ராத்திரி ஏழு அல்லது ஏழரை மணி இருக்கலாம்.

"நாமும் எழுந்து வீட்டுக்குப் போக வேண்டியதுதான்" என்று பிரமராய அய்யர் சொன்னார்.

வேணு முதலியார் பாடுகிறார்:

காற்றடிக்குது கடல் குமுறுது
கண்ணை விழிப்பாய் நாயகனே
தூற்றல் கதவு, சாளரமெல்லாம்
தொளைத் தடிக்குது கூடத்திலே-மழை
தொளைத் தடிக்குது கூடத்திலே.

"பாட்டெல்லாம் சரிதான், ஆனால் மழை பெய்யாது' என்று ராமராயர் மற்றொரு முறை வற்புறுத்திச் சொன்னார்.

"பந்தயம் என்ன போடுகிறீர்?" என்று பிரமராய அய்யர் கேட்டார்.

"மழை பெய்தால் நான் உமக்குப் பத்து ரூபாய் கொடுக்கிறேன்: அதாவது, இன்னும் இரண்டு மணி நேரத்துக்குள் மழை பெய்யாது என்று நான் சொல்லுகிறேன்; பெய்தால் நான் உமக்குப் பத்து ரூபாய் கொடுப்பேன், பெய்யாவிட்டால் நீர் நமக்குப் பத்து ரூபாய் கொடுப்பீரா?" என்று ராமராயர் சொன்னார்.

பிரமராயர், "சரி" யென்றார். அப்போது என் தோள் மேலே ஒரு தூற்றல் சொட்டென்று விழுந்தது. நான் "தூற்றல் போடுகிறது" என்று சொன்னேன். "இல்லை" யென்று ராமராயர் சொன்னார். "என் மேல் ஒரு தூற்றல் விழுந்தது" என்று சொன்னேன். அதற்கு ராமராயர், "அலையிலிருந்து ஒரு திவலை காற்றிலே வந்து பட்டிருக்கும். அது மழைத் தூற்றலன்று" என்றார். "சரி" என்று சும்மா இருந்து விட்டேன்.

"என் மேலே ஒரு தூற்றல் விழுந்தது" என்று பிரமராய அய்யர் கூவினார்.

"இதுவும் அலையிலிருந்துதான் வந்திருக்கும்" என்று ராமராயர் சொன்னார்.

"அதெப்படித் தெரியும்?" என்று பிரமராய அய்யர் சொல்வதற்குள்ளாகவே தூற்றல் பத்துப் பன்னிரண்டு எல்லார் தலையிலும் விழுந்தது.

"ராமராயருக்குப் பந்தயம் தோற்றுப் போய்விட்டது" என்று நான் சொன்னேன்.

"இல்லை. இது தூற்றல். நான் சிறு தூற்றல் கூடப் போடாதென்று சொல்லவில்லை. மழை பெய்யாதென்று சொன்னேன். சிறு தூற்றல் மழையாக மாட்டாது. இன்னும் இரண்டு மணி நேரம் இங்கே இருக்கலாம். அதுவரை மழைபெய்யாது என்று நிச்சயமாக இப்போதும் சொல்லுகிறேன்" என்று ராமராயர் சித்தாந்தம் செய்தார். வானம் அதிகமாகக் கறுத்துவிட்டது. இருள் கக்கிக் கொண்டு மேகத்திரள் யானைத்திரள் போலவே தலைமீது போகலாயிற்று. தூற்றல் போடவில்லை. நின்றுபோய் விட்டது. ஆனால் இருள் மேன்மேலும் அதிகப்படுகிறது.

அப்போது நான் சொன்னேன்: "மழை பெய்தாலும் சரி, பெய்யாவிட்டாலும் சரி. நாம் இங்கிருந்து புறப்பட வேண்டும்" என்று சொல்லி எழுந்தேன்.

"தாங்கள் முதலாவது போங்கள். நானும் பிரமராய அய்யரும் இங்கே கொஞ்ச நேரம் இருந்து விட்டு வருகிறோம்" என்று ராமராயர் சொன்னார்.

சரியென்று சொல்லி நானும் வேணு முதலியாரும் புறப்பட்டோம். மற்றவர்கள் அத்தனை பேரும் பந்தய விஷயத்திலேயே கவனமாக அங்கே உட்கார்ந்திருந்தார்கள். நாங்கள் புறப்பட்டு நூறடி தூரம் வருமுன்னாகவே மழைத் தூற்றல் வலுக்கத் தொடங்கிற்று. கொஞ்சம் ஓடிக் கடற் பாலத்தருகே சுங்கச்சாவடியில் போய் ஒதுங்கினோம். மழை வர்ஷமாகச் சொரிந்தது. ராமராயரும், பிரமராய அய்யரும் மற்றோரும் குடல் தெறிக்க ஓடி வந்து சேர்ந்தார்கள். நானும் வேணு முதலியாரும் கொஞ்சம் நனைந்து போயிருந்தோம். மற்றவர்கள் ஊறுகாய் ஸ்திதியில் இருந்தார்கள்.

மழை முழங்குகிறது. மின்னல் சூறையடிக்கிறது. சுருள் மின்னல், வெட்டு மின்னல், வட்ட மின்னல், ஆற்று மின்னல்...

மின்னல் வீச்சிலே கண் கொள்ளை போகிறது. இடி என்றால் இடியா? நம்முடைய சிநேகிதர் பிரமராய அய்யருக்குத் தொண்டை இடிபோலே

கர்ஜனை செய்வதை யொட்டி. அவர் மாலைதோறும் பேசுகிற திண்ணைக்கு இடிப் பள்ளிக்கூடம் என்று பெயர் சொல்வார்கள். அவரெல்லாம் இந்த நிஜ இடியைக் கண்டு கலங்கிப் போய் விட்டார். ராமராயருக்கும் மனத்துக்குள்ளே பயம். வெளிக்குப் பயத்தைக் காட்டினால் அவமானம் என்பது ராமராயருடைய கொள்கை! ஆதலால் அவர் வேஷ்டியைப் பிழிந்து தாடியைத் துவட்டிக் கொண்டு "ஓம் சக்தி" "ஓம் சக்தி" என்று சொல்லத் தலைப்பட்டார்.

வேணு முதலியார் பாடத் தொடங்கினார்.

திக்குக்கள் எட்டும் சிதறி-தக
தீம் தரிகிட தீம் தரிகிட தீம் தரிகிட தீம்
பக்க மலைகள் உடைந்து-வெள்ளம்
பாயுது, பாயுது, பாயுது, தாம் தரிகிட

தக்கத் ததிங்கிட தித்தோம் அண்டம்
சாயுது, சாயுது, சாயுது, பேய் கொண்டு
தக்கை யடிக்குது காற்று-தக்கத்
தாம் தரிகிட, தாம் தரிகிட, தாம் தரிகிட, தாம் தரிகிட

வெட்டி யடிக்குது, மின்னல்-கடல்
வீரத் திரை கொண்டு விண்ணை யடிக்குது
கொட்டி யிடிக்குது மேகம்-கூ
கூ வென்று விண்ணைக் குடையுது காற்று
சட்டச் சட, சட்டச் சட, டட்டா-என்று

தாளங்கள் கொட்டிக் கனைக்குது வானம்
எட்டுத் திசையும் இடிய-மழை
எங்ஙனம் வந்ததடா தம்பி வீரா!-
தக்கத் தக, தக்கத் தக, தித்தோம்!

இவ்வாறு பாடிக் கொண்டு வேணு முதலியார் குதிக்கத் தொடங்கினார். காற்று ஹ¤ஹ¤ஹ¤ என்று கத்துகிறது. வேணு முதலியாரும் கூடவே கத்துகிறார். இடி நகைக்கிறது. வேணு முதலியார் அதனுடன் கூட நகைக்கிறார்.

இவர் குதிக்கிற மாதிரியைக் கண்டு பக்கத்தில் இருந்தவர்களுக்குக் கொஞ்சம் கொஞ்சமாகப் பயம் தெளிந்தது.

ராமராயர் "ஓம் சக்தி" மந்திரத்தாலே பயத்தை நிவர்த்தி செய்துகொண்டு "மகா பிரகிருதி வீரரசம் காட்டுகிறாள்" என்று சொன்னார். "ரௌத்ர ரசம் என்று

பிரமராய அய்யர் திருத்திக் கொடுத்தார். "இரண்டும் ஒன்றுதான்" என்று ராமராயர் மனதறிந்து பொய் சொன்னார். எதிரியை வார்த்தை சொல்ல விடக் கூடாதென்பது ராமராயருடைய கொள்கை. இப்படி யிருக்கையிலே மழை கொஞ்சம் கொஞ்சம் குறையலாயிற்று; நெடுநேரம் அங்கே நின்றோம். ராமராயருக்குச் சாயங்காலமே கொஞ்சம் ஜலதோஷம்; மழையில் உடம்பு விறைக்கத் தொடங்கிற்று. இதை வேணு முதலியார் கண்டு அவரை இரண்டு கையாலும் மூட்டைபோலே தூக்கி நிமிர்ந்து நின்று தலைக்கு மேலே கையெட்டும் வரை கொண்டு போய்த் தொப்பென்று தரையின் மேலே போட்டார். "அட மூடா!" என்று சொல்லி ராமராயர் எழுந்து நின்று கொண்டு, "உடம்பெல்லாம் சுடக்கெடுத்ததுபோல் நேராய் விட்டது. உடம்பில் உஷ்ணம் ஏறிவிட்டது. இப்போது குளிர் தெரியவில்லை" என்று சொன்னார்.

சிறிது நேரத்துக்குப் பின் மழை நின்றது. நாங்கள் வீட்டுக்குத் திரும்பினோம். வரும் வழியே வேணு முதலியார் பாடுகிறார்.

அண்டங் குலுங்குது தம்பி-தலை
ஆயிரந் தூக்கிய சேடனும் பேய்போல்
மிண்டிக்குதித் திடுகின்றான்-திசை
வெற்புக் குதிக்குது வானத்துத் தேவர்
செண்டு புடைத்திடு கின்றார்-என்ன
தெய்விகக் காட்சியைக் கண் முன்பு கண்டோம்
கண்டோம், கண்டோம், கண்டோம்-இந்தக்
காலத்தின் கூத்தினைக் கண்முன்பு கண்டோம்?
தக்கத்தகத் தக்கத்தக தித்தோம்.

மறுநாள் காலையில் ராமராயர் பிரமராய அய்யருக்குப் பந்தய ரூபாய் பத்தும் செலுத்திவிட்டார்.

----

12. பிங்கள வருஷம்

வேதபுரத்துக்கு வடக்கே இரண்டு கல் தூரத்தில், சித்தாந்த சாமி கோவில் என்றொரு கோயில் இருக்கிறது. அதற்கருகே ஒரு மடம். அந்த மடத்தில் பல வருஷங்களுக்கு முன்பு சித்தாந்தசாமி என்ற பரதேசி ஒருவர் இருந்தார். அவருடைய ஸமாதியிலே தான் அந்தக் கோயில் கட்டியிருக்கிறது. கோயில் மூலஸ்தானத்துக் கெதிரேயுள்ள மண்டபத்தில், நாளது சித்திரை மாதம் பதினோராந்தேதி திங்கட்கிழமை காலை ஒன்பது மணி நேரத்துக்கு முன்னாகவே நானும் என்னுடன் நாராயணஸாமி என்றொரு பிராமணப் பிள்ளையும் வந்து உட்கார்ந்தோம். பகல் முழுதும் ஊருக்கு வெளியே தனியிடத்தில் போயிருந்து உல்லாசமாகப் பொழுது கழிக்க வேண்டுமென்ற நோக்கத்துடன் வந்தோம். எப்போதும் வழக்கம் எப்படியென்றால், மடுவில் ஸ்நாநம் செய்துவிட்டு மாந்தோப்புக்களில் பொழுது போக்குவோம். புயற்காற்றடித்த பிறகு மாத் தோப்புகளில் உட்கார நிழல் கிடையாது. ஆதலால் மேற்படி கோயில் மண்படத்துக்கு வந்து சேர்ந்தோம். கோயிலைச் சூழ நான்கு புறந்திலும் கண்ணுக்கெட்டினவரை தென்னை மரங்கள் விழுந்து கிடந்தன. பல வளைந்து நின்றன. சில மரங்கள் தலை தூக்கி நேரே நின்றன. புயற்காற்று சென்ற வருஷம் கார்த்திகை மாதத்தில் அடித்தது. ஐந்தாறு மாதங்களாயும், இன்னும் ஒடிந்து கிடக்கும் மரங்களையெடுத்து யாதேனும் பயன்படுத்த வழி தெரியாமல் ஜனங்கள் அவற்றை அப்படியே போட்டு வைத்திருக்கிறார்கள். இதைப் பார்த்துவிட்டு என்னோடிருந்த நாராயணஸாமி சொல்லுகிறான்:

"கேட்டீரா, காளிதாஸரே, இந்த ஹிந்து ஜனங்களைப் போல சோம்பேறிகள் மூன்று லோகத்திலுமில்லை. இந்த மரங்களை வெட்டியெடுத்துக் கொண்டுபோய் எப்படியேனும் உபயோகப்படுத்தக் கூடாதா? விழுந்தால் விழுந்தது; கிடந்தால் கிடந்தது; ஏனென்று கேட்பவர் இந்தியாவில் இல்லை. பாமர தேசமையா! பாமர தேசம்!" என்றான். நான் அங்கே தனிமையையும் மவுனத்தையும் வேண்டி வந்தவன் ஆனபடியினால் அவனை நோக்கி- "நாராயணா; ஹிந்துக்கள் எப்படியேனும் போகட்டும். தனியிடம்; இங்கு மனுஷ்ய வாசனை கிடையாது; தொந்தரவும் இல்லை மடத்துப் பரதேசிகள்கூடப் பிச்சைக்குக் கிளம்பியிருக்கிறார்கள். பகல் பன்னிரண்டு மணிக்குத்தான் திரும்பி வருவார்கள். சிவசிவா என்று படுத்துத் தூங்கு" என்றேன். அவனும் அப்படியே சரியென்று சொல்லி மேல் உத்ரீயத்தை விரித்துப் படுத்தான் உடனே தூங்கிப் போய்விட்டான். என் கையில் "குரு பரம்பரா ப்ரபாவம்" என்ற வைஷ்ணவ நூலொன்று கொண்டு வந்திருந்தேன். சட்டைத் துணிகளையெல்லாம் கழற்றித் தலைக்குயரமாக வைத்துக்கொண்டு நானும் படுக்கை போட்டேன். அந்த புஸ்தகத்தில் "ப்ரவேசம்" என்ற முகவுரையில் பாதி வாசிக்கும் போதே எனக்கும் நல்ல தூக்கம் வந்தது. ஜில்ஜில்லென்று காற்று சுற்றிச் சுற்றியடித்தது. கண் சொக்கிச் சொக்கித்

தூங்கிற்று விழித்து விழித்துத் தூங்கி பின்பு கடைசியாக எழுந்தபோது பகல் பதினோரு மணியாய்விட்டது. எழுந்தவுடனே கோயிற் கிணற்றில் ஜல மிறைத்து ஸ்நானம் பண்ணினோம். அந்தக் கிணற்று ஜலம் மிகவும் ருசியுள்ளது. நன்றாகத் தெளிந்தது. ஸ்நானத்தினுடைய இன்பம் வர்ணிக்க முடியாது. பிறகு வேதபுரத்திலிருந்து ஒருவன் ஆஹாரம் கொண்டு வந்தான். சாப்பிட்டுத் தாம்பூலம் போட்டு கொண்டிருந்தோம். அப்போது கோயிலுக்கெதிரேயுள்ள அல்லிக் குளத்தில் நாலைந்துபேர் வந்து குளித்துக்கொண்டிருந்தார்கள் "நேர்த்தியான கிணற்று ஜல மிருக்கும்போது, அதை இறைத்துதீரா?" என்று நாராயணஸாமி முணுமுணுத்தான். அந்த நால்வருடைய பெயரெல்லாம் நான் விசாரிக்கவில்லை. அவர்கள் அப்போது பிங்கள வருஷத்துப் பலாபலன்களைப் பற்றி வார்த்தையாடிக் கொண்டிருந்தனர். அவர்களுடைய ஸம்பாஷணையை இங்கு எழுத வேண்டுமாதலால், அவர்களுக்கு, நெட்டையன், கட்டையன், சாரியன், கரியன் என்ற கற்பனைப் பெயர்கள் கொடுக்கிறேன்.

சொரியன் சொல்லுகிறான்-புது வருஷத்துப் பஞ்சாங்கம் வாங்கிட்டீர்களா? இந்த வருஷமெப்படி? ஜனங்களுக்கு நல்லதா? இருக்ககூடாதா?

கரியன்: நள வருஷத்திலே நாய் படும் கஷ்டம். பிங்கள வருஷத்தில் பின்னுங் கொஞ்சம் கஷ்டம் ஜனங்களுக்கு சுகமேது?

கட்டையன்: நேற்று பூமியிலே ஒரு நக்ஷ¢த்திரம் வந்து , பூமி தூள்தூளாகச் சிதறிப் போகுமென்று ஒரு மாஸகாலமாக எங்கே பார்த்தாலும் ஒரே பேச்சாய்க் கிடந்தது ஒன்றும் நடக்கவில்லை பொய்யென்கிறேன்.

நெட்டையன்: அட போடா! தூள்தூளாகப் போகுமென்று நம்ம தமிழ்ச் சோசியன் சொல்லவில்லை. சீமைப் புளுகு!

கட்டையன்: தமிழ்ச் சோசியனுக்கு இப்படிப் பெரிய பொய் சொல்லத் தெரியாது அவன் புளுகுகிற விதம் வேறே!

நெட்டையன்: அட போடா! தமிழினிலே ஒருத்தன் இரண்டுபேர் நிஜம் சொல்லுகிற சோசியனும் முண்டு. ஆனால் நிஜம் பேசுகிற சோசியனுக்கு ஊரிலே அதிக மதிப்புக் கிடையாது.

கட்டையன்: சோசிய சாஸ்திரமே பொய்யென்கிறேன். அவர்கள் இவ்வாறு பேசிக்கொண்டிருக்கையில் நாராயணஸாமி ஒருபுறம் கிளம்பிவிட்டான். அவன் சொல்லுகிறான்.

'ஏன் காளிதாஸரே, அமெரிக்காவில் பெரிய பெரிய ஸயன்ஸ்கார சாஸ்திரிகள் கண்டுபிடித்துச் சொன்னதுகூடப் பொய்யாகிவிட்டதே! இது பெரிய ஆச்சர்யம்! பூமி தூளாகா விட்டாலும் ஒரு பூகம்பமாவது நடக்குமென்று நான் எதிர்பார்த்துக் கொண்டிருந்தேன் நேற்று ராத்திரி நம்ம தெருவில் அநேகர் தூங்கவேயில்லை. குழந்தை குட்டிகளை எல்லாம் விழிக்க வைத்துக் கொண்டு கவலைப்பட்டுக் கொண்டிருந்தார்கள். ஸயன்ஸ் பண்டிதர்கூடச் சில சமயங்களில் பொய் சொல்லத்தான் செய்கிறார்கள்" என்றான்.

நான் குளத்தில் குளித்தவர்களுடைய சம்பாஷணையில் கவனம் செலுத்தினேன்.

நெட்டையன் சொல்லுகிறான். வேதபுரத்திலே வெங்காயக் கடைக்குப் பக்கத்து வீட்டிலே பெரியண்ணா வாத்தியார் இருக்கிறாரே, தெரியுமா அவர் சோசியம் தப்பவே செய்யாது. அவர் எங்கள் தாத்தா செத்துப் போன நாள், மணி எல்லாம் துல்யமாகச் சொன்னார். பூமி வெடிக்காதென்றும். அது சீமைப்புளுகென்றும், அதை நம்பக்கூடாதென்றும் அவர் என்னிடம் பத்து நாளுக்கு முந்தியே சொன்னார். பெரியண்ணா வாத்தியார் நாளது பிங்கள வருஷத்துக்குச் சொல்லிய பலன்களையெல்லாம் அப்படியே சொல்லுகிறேன். கவனமாகக் கேளுங்கள்.

பிங்கள வருஷத்தில் நல்ல மழை பெய்யும். நாடு செழிக்கும் நாட்டுத் தானியம் வெளியே போகாது. ஏழைகளுக்குச் சோறு கொஞ்சம் அதிகமாகக் கிடைக்கும். பசு முதலிய நல்ல ஜந்துக்கள் விருத்தியாகும். துஷ்ட ஜந்துக்கள் எல்லாம் செத்துப்போகும். தேள், பாம்பு, நட்டுவாய்க்காலி முதலியவற்றின் பீடை குறையும். வெளித் தேசங்களில் சண்டை நடக்கும்; நம்முடைய தேசத்தில் சண்டை நடக்காமலே பல மாறுதல் ஏற்படும். ஜாதி பேதம் குறையும். ஆணுக்கும் பெண்ணுக்கும் படிப்பு விருத்தியாகும். ஜனங்களுக்குள்ளே தைரியமும், பலமும், வீரியமும், தெய்வபக்தியும் அதிகப்படும், நம்முடைய தேசம் மேன்மையடையும் என்று பெரியண்ணா வாத்தியார் சொன்னதாக நெட்டையன் சொன்னான்.

"நாராயணஸாமி, கவனி" என்றேன்.

"பாமர ஜனங்களுடைய வார்த்தை" என்று நாராயணஸாமி சொன்னான்.

"தெய்வ வாக்கு" என்று நான் சொன்னேன்.

பிறகு சிறிது நேரம் அந்தக் கோயிலில் சுகமாகப் பாட்டிலும் பேச்சிலும் பொழுது கழித்துவிட்டு வீட்டுக்குத் திரும்பி வந்து விட்டோம்.

13. காக்காய் பார்லிமெண்ட்

நேற்று சாயங்காலம் என்னைப் பார்க்கும் பொருட்டாக உடுப்பியிலிருந்து ஒரு சாமியார் வந்தார். "உம்முடைய பெயரென்ன?" என்று கேட்டேன். "நாராயண பரம ஹம்ஸர்" என்று சொன்னார். "நீர் எங்கே வந்தீர்?" என்று கேட்டேன். "உமக்கு ஜந்துக்களின் பாஷையைக் கற்பிக்கும் பொருட்டாக வந்தேன். என்னை உடுப்பியிலிருக்கும் உழக்குப் பிள்ளையார் அனுப்பினார்" என்று சொன்னார். "சரி, கற்றுக் கொடும்" என்றேன். அப்படியே கற்றுக் கொடுத்தார்.

காக்காய்ப் பாஷை மிகவும் சுலபம். இரண்டு மணி நேரத்திற்குள் படித்து விடலாம்.

"கா" என்றால் 'சோறு வேண்டும்' என்றர்த்தம். 'கக்கா என்றால் என்னுடைய சோற்றில் நீ பங்குக்கு வராதே' என்றர்த்தம். 'காக்கா' என்றால் 'எனக்கு ஒரு முத்தம் தாடி கண்ணே' என்றர்த்தம். இது ஆண் காக்கை பெண் காக்கையை நோக்கிச் சொல்லுகிற வார்த்தை. 'காஹகா என்றால் சண்டை போடுவோம்' என்றர்த்தம். 'ஹாகா' என்றால் 'உதைப்பேன்' என்றர்த்தம். இந்தப்படி ஏறக்குறைய மனுஷ்ய அகராதி முழுதும் காக்கை பாஷையிலே, க, ஹா, க்ஹ, முதலிய ஏழெட்டு அக்ஷரங்களைப் பல வேறுவிதமாகக் கலந்து அமைக்கப்பட்டிருக்கிறது. அதை முழுதும் மற்றவர்களுக்குச் சொல்ல இப்போது சாவகாசமில்லை. பிறருக்குச் சொல்லவும் கூடாது. அந்த நாராயண பரம ஹம்ஸருக்குத் தமிழ் தெரியாது. ஆகையால் அவர் பத்திரிகைகளை வாசிக்க மாட்டார். இல்லாவிட்டால் நான் மேற்படி நாலைந்து வார்த்தைகள் திருஷ்டாந்தத்துக்காக எழுதினாதினாலேயே அவருக்கு மிகுந்த கோபமுண்டாய் விடும். ஒரு வார்த்தைகூட மற்றவர்களுக்குச் சொல்லக்கூடாதென்று என்னிடம் வற்புறுத்திச் சொன்னார். "போனால் போகட்டும். ஐயோ, பாவம்" என்று நாலு வார்த்தை காட்டி வைத்தேன்.

இன்று சாயங்காலம் அந்த பாஷையை பரீட்சை செய்து பார்க்கும் பொருட்டாக, மேல் மாடத்து முற்ற வெளியிலே போய் உட்கார்ந்து பார்த்தேன். பக்கத்து வீட்டு மெத்தைச் சுவரின் மேல் நாற்பது காக்கை உட்கார்ந்திருக்கிறது. "நாற்பது காக்கைகள் உட்கார்ந்திருக்கின்றன என்று பன்மை சொல்ல வேண்டாமோ?" என்று எண்ணிச் சில இலக்கணக்காரர்கள் சண்டைக்கு வரக்கூடும். அது பிரயோஜனமில்லை. நான் சொல்வது தான் சரியான பிரயோகம் என்பதற்கு போகர் இலக்கணத்தில் ஆதாரமிருக்கின்றது. "போகர் இலக்கணம் உமக்கு எங்கே கிடைத்தது?" என்று கேட்கலாம். அதெல்லாம் மற்றொரு சமயம் சொல்லுகிறேன். அதைப்பற்றி இப்போது பேச்சில்லை. இப்போது காக்காய்ப் பார்லிமெண்டைக் குறித்துப் பேச்சு.

அந்த நாற்பதில் ஒரு கிழக் காக்கை ராஜா. அந்த ராஜா சொல்லுகிறது: "மனிதருக்குள் ராஜாக்களுக்கு உயர்ந்த சம்பளங்கள் கொடுக்கிறார்கள். கோடி ஏழைகளுக்கு அதாவது சாதாரணக் குடிகளுக்குள்ள சொத்தை விட ராஜாவுக்கு அதிக சொத்து. போன மாசம் நான் பட்டணத்துக்குப் போயிருந்தேன். அங்கே ருஷியா தேசத்துக் கொக்கு ஒன்று வந்திருந்தது. அங்கே சண்டை துமால்படுகிறதாம். ஜார் சக்கரவர்த்தி கட்சி ஒன்று. அவர் யோக்கியர். அவரைத் தள்ளிவிடவேண்டுமென்பது இரண்டாவது கட்சி. இரண்டு கட்சியாரும் அயோக்கியர்களாதலால் இரண்டையும் தொலைத்துவிட வேண்டும் என்று மூன்றாவது கட்சி மேற்படி மூன்று கட்சியாரும் திருடரென்று நாலாவது கட்சி இந்த நாலு கட்சியாரையும் பொங்கலிட்டு விட்டுப் பிறகுதான் யேசு கிறிஸ்து நாதரைத் தொழ வேண்டுமென்று ஐந்தாவது கட்சி. இப்படியே நூற்றிருபது கட்சிகள் அந்த தேசத்தில் இருக்கின்றனவாம்.

"இந்த 120 கட்சியார் பரஸ்பரம் செய்யும் ஹிம்ஸை பொறுக்காமல், இந்தியாவுக்குப் போவோம், அங்கேதான் சண்டையில்லாத இடம். இமயமலைப் பொந்தில் வசிப்போம்' என்று வந்ததாம். அது சும்மா பட்டணத்துக்கு வந்து அனிபெஸன்ட் அம்மாளுடைய தியசாபிகல் சங்கத்துத் தோட்டத்தின் சில காலம் வசிக்க வந்தது. அந்தத் தோட்டக் காற்று சமாதானமும், வேதாந்த வாசனையுமுடையதாதலால் அங்கே போய்ச் சிலகாலம் வசித்தால், ருஷியாவில் மனுஷ்யர் பரஸ்பரம் கொலை பண்ணும் பாவத்தைப் பார்த்து தோஷம் நீங்கி விடுமென்று மேற்படி கொக்கு இமயமலையிலே கேள்விப்பட்டதாம்.

"கேட்டீர்களா, காகங்களே, அந்த ருஷியா தேசத்து ஜார் சக்கரவர்த்தியை இப்போது அடித்துத் துரத்திவிட்டார்களாம். அந்த ஜார் ஒருவனுக்கு மாத்திரம் கோடானு கோடியான சம்பளமாம். இப்போது நம்முடைய தேசத்திலே கூடத் திருவாங்கூர் மகாராஜா, மைசூர் ராஜா முதலிய ராஜாக்களுக்குக்கூட எல்லா ஜனங்களும் சேர்ந்த பெரிய பெரிய ஆஸ்தி வைத்திருக்கிறார்கள்.

"நானோ உன்னை வீணாக ஆளுகிறேன். ஏதாவது சண்டைகள் நேரிட்டால் என்னிடம் மத்தியஸ்தம் தீர்க்க வருகிறீர்கள். நான் தொண்டைத் தண்ணீரை வற்றடித்து உங்களுக்குள்ளே மத்தியஸ்தம் பண்ணுகிறேன். ஏதேனும் ஆபத்து நேரிட்டால், அதை நீக்குவதற்கு என்னிடம் உபாயம் கேட்க வருகிறீர்கள். நான் மிகவும் கஷ்டப்பட்டு உபாயம் கண்டுபிடித்துச் சொல்லுகிறேன். இதற்கெல்லாம் சம்பளமா? சாடிக்கையா? ஒரு இழவும் கிடையாது. தண்டத்துக்கு உழைக்கிறேன். எல்லாரையும் போலே நானும் வயிற்றுக்காக நாள் முழுவதும் ஓடி உழன்று பாடுபட்டுத்தான் தின்ன வேண்டியிருக்கிறது. அடே காகங்கள், கேளீர்:

"ஒவ்வொரு காக்கைக்கும் நாள்தோறும் கிடைக்கிற ஆகாரத்தில் ஆறிலே ஒரு பங்கு எனக்குக் கொடுத்துவிட வேண்டும்: அதை வைத்துக் கொண்டு நானும் என் பெண்டாட்டியும், என் குழந்தைகளும், என் அண்ணன், தம்பி, மாமன், மச்சான், என் வைப்பாட்டியார் ஏழு பேர், அவர்களுடைய குடும்பத்தார் இத்தனை பேரும் அரை வயிறு ஆகாரம் கஷ்டமில்லாமல் நடத்துவோம். இப்போது என் குடும்பத்துக் காக்கைகளுக்கும் மற்றக் காகங்களுக்கும் எவ்விதமான வேற்றுமையும் இல்லை. ஏழெட்டு நாளுக்கு முந்தி ஒரு வீட்டுக் கொல்லையிலே கிடந்தது! அது சோறில்லை; கறியில்லை; எலும்பில்லை; ஒன்றுமில்லை; அசுத்த வஸ் கிடந்தது. அதைத் தின்னப் போனேன். அங்கே ஒரு கிழவன் வந்து கல்லை எறிந்தான். என் மேலே, இந்த வலச்சிறகிலே காயம். இது சரிப்படாது. இனிமேல் எனக்குப் பிரஜைகள் ஆறில் ஒரு பங்கு கொடுத்துவிட வேண்டும்" என்று சொல்லிற்று.

இதைக் கேட்டவுடன் ஒரு கிழக்காகம் சொல்லுகிறது:

"மகாராஜா? தாங்கள் இதுவரையில்லாத புதிய வழக்கம் ஏற்படுத்துவது நியாயமில்லை. இருந்தாலும் அவசரத்தை முன்னிட்டுச் சொல்லுகிறீர்கள்! அதற்கு நாங்கள் எதிர்த்துப் பேசுவது நியாயமில்லை. ஆனால் தங்களுக்குள்ள அவசரத்தைப் போலவே என் போன்ற மந்திரிமாருக்கும் அவசர முண்டென்பதைத் தாங்கள் மறந்துவிட்டதை நினைக்க எனக்கு மிகுந்த ஆச்சரியமுண்டாகிறது. தங்களுக்கு ஒவ்வொரு காக்கையும் தன் வரும்படியில் பன்னிரண்டில் ஒரு பகுதி கட்ட வேண்டுமென்றும், அதில் மூன்றில் ஒரு பாகம் தாங்கள் மந்திரிமார் செலவுக்குக் கொடுக்க வேண்டுமென்றும், ஏற்படுத்துதல் நியாயமென்று என் புத்தியில் படுகிறது" என்று சொல்லிற்று. அப்பொழுது ஒரு அண்டங்காக்கை எழுந்து: "கக்கஹா கக்கஹா, நீங்கள் இரண்டு கட்சியாரும் அயோக்கியர்கள். உங்களை உதைப்பேன்" என்றது. வேறொரு காகம் எழுந்து சமாதானப்படுத்திற்று. இதற்குள் மற்றொரு காகம் என்னைச் சுட்டிக்காட்டி: "அதோ அந்த மனுஷ்யனுக்கு நாம் பேசுகிற விஷயம் அர்த்தமாகிறது. ஆதலால் நாம் இங்கே பேசக்கூடாது. வேறிடத்துக்குப் போவோம்" என்றது. உடனே எல்லாக் காகங்களும் எழுந்து பறந்து போய்விட்டன.

இது நிஜமாக நடந்த விஷயமில்லை. கற்பனைக் கதை.

----

14. பிழைத்தோம்

மாலை நாலு மணியாயிருக்கும்.

நான் சிறிது ஆயாசத்தினால் படுத்து இலேசான தூக்கம் தூங்கி விழித்துக் கண்ணைத் துடைத்துக் கொண்டு தாம்பூலம் போட்டுக் கொள்ள யோசனை செய்து கொண்டிருந்தேன். அப்போது வீரபுரம் கிருஷ்ணய்யங்கார் வந்து சேர்ந்தார். இவர் நமக்கு ஆப்த சிநேகிதர். நல்ல யோக்கியர். ஆனால், சூதுவாது தெரியாத சாதுவான பிராணி.

இவர் வந்தவுடனே "ஓராச்சரியம்?" என்று கூவினார். "என்ன விஷயம்?" என்று கேட்டேன். "நேற்று ராத்திரி ஒரு கனவு கண்டேன்" என்றார். "என்ன கனவு? சொல்லும்" என்றேன்.

வீரபுரம் கிருஷ்ணய்யங்கார் பின்வருமாறு சொல்லலானார்.

"டாம், டாம், டாம் என்று வெடிச் சத்தம் கேட்கிறது. எங்கு பார்த்தாலும் புகை. அந்தப் புகைச்சலுக்குள்ளே நான் சுழற் காற்றில் அகப்பட்ட பட்சி போலே அகப்பட்டுக் கொண்டேன். திடீரென்று எனக்குக் கீழே ஒரு வெடி கிளம்பும். அது என்னைக் கொண்டு நூறு காதவழி தூரத்தில் ஒரு க்ஷணத்திலே எறிந்துவிடும். அப்படிப்பட்ட வேகத்தை சாமானியமாக விழித்துக் கொண்டிருக்கும் நேரத்தில் நம்மாலே ஸ்மரிக்கக்கூட முடியாது.

"மனோவேகம் என்பதின் பொருளை நேற்று ராத்திரி தான் கண்டேன். அடே ராமா! ஒரு தள்ளுத் தள்ளினால் நேரே தலையை வானத்திலே கொண்டு முட்டும். அங்கே போனவுடன் மற்றொரு வெடி. அது பாதாளத்திலே வீழ்த்தும். எட்டுத் திசையும் பதினாறு கோணமும், என்னைக் கொண்டு மோதினபடியாக இருந்தது. வெடியின் சத்தமோ சாமானியமன்று. அண்ட கோளங்கள் இடிந்து போகும் படியான சத்தம். இப்படி நெடுநேரம் கழிந்தது. எத்தனை மணிநேரம் இந்தக் கனவு நீடித்ததென்பதை என்னால் இப்போது துல்லியமாகச் சொல்ல முடியாது. ஆனால் சொப்பனத்திலே அது காலேயரைக்கால் யுகம் போலிருந்தது. மரணாவஸ்தை இனிமேல் எனக்கு வேறு வேண்டியதில்லை. மூச்சுத் திணறுகிறது, உயிர் தத்தளிக்கிறது. அந்த அவஸ்தை ஒரு முடிவுக்கு வருமென்றாவது, என் பிராணன் மிஞ்சுமென்றாவது எனக்கு அப்போது தோன்றவேயில்லை.

"நெடுநேரம் இப்படி என்னைப் புரட்டித் தள்ளிய பிறகு ஒரு சுவர்மேலே கொண்டு மோதிற்று. அந்தச் சுவரில் 'ஓம் சக்தி' என்று ஒளி எழுத்துக்களால் பலவிடங்களில் எழுதப்பட்டிருந்தது. அவற்றுள் மிகவும் ஒளி பொருந்திய

எழுத்தின் கீழே ஒரு சிறு பொந்திருந்தது. அந்தப் பொந்துக்குள்ளே போய் விழுந்தேன். ஆரம்பத்தில் இவ்வளவு சிறிய பொந்துக்குள் நாம் எப்படி நுழைய முடியுமென்று நினைத்தேன். பிறகு சொப்பனந்தானே? எவ்விதமாகவோ அந்தப் பொந்துக்குள் என் உடம்பு முழுதும் நுழைந்திருக்கக் கண்டேன். அதற்குள்ளே போனவுடன் புகைச்சலுமில்லை, வெடியும் நின்று விட்டது. மூச்சுத் திணறவுமில்லை, ஆறுதலுண்டாயிற்று. 'பிழைத்தோமப்பா' என்று நினைத்துக் கொண்டேன். இவ்வளவுதான் கனவு. இந்தக் கனவின் பொருளென்ன? இது என்ன விஷயத்தைக் குறிப்பிடுகின்றது?" என்று கிருஷ்ணய்யங்கார் கேட்டார்.

"கனவுக்குப் பொருள் கண்டுபிடித்துச் சொல்லும் சாஸ்திரம் எனக்குத் தெரியாது" என்று சொன்னேன்.

கிருஷ்ணய்யங்காருக்குத் திருப்தி ஏற்படவில்லை. நான் கனவு சாஸ்திரத்திலேயே ஒரு வேளை நம்பிக்கையில்லாமல் இருக்கலாமென்று நினைத்து அவர் கொஞ்சம் முகத்தைச் சிணுக்கினார். பிறகு சொல்லுகிறார்:

"அப்படி நினையாதேயுமையா, கனவுக்குப் பொருளுண்டு. பலமுறை கனவிலே கண்டது நனவிலே நடப்பதை நான் பார்த்திருக்கிறேன்" என்றார்.

'காலைச் சுற்றின பாம்பு கடித்தாலொழிய தீராது' என்று வசனம் சொல்லுகிறது. ஆதலால், நான் இவருக்கு ஏதேனும் விடை சொல்லித்தான் தீர வேண்டுமென்று கண்டுபிடித்துக் கொண்டேன். எனவே பின்வருமாறு சொன்னேன்:

"அந்த வெடிப்புத்தான் உலகநிலை; அந்த சக்தி மந்திரமே தாரகம். அந்தப் பொந்து விடுதலை. அதற்குள் நுழைவது கஷ்டம். தெய்வ வெடியினாலே தள்ளினாலொழிய மனிதன் ஜீவன் முக்தி நிலையில் நுழைய முடியாது. உள்ளே நுழைந்து விட்டால் பிறகு அது விஸ்தாரமான அரண்மனையாகக் காணப்படும். அதற்குள்ளே நுழைந்தவர்களுக்கு அதன் பிறகு எவ்விதமான அபாயமுமில்லை. அதற்குள்ளே போனவர்கள் உண்மையாகவே பிழைத்தார்கள்" என்று சொன்னேன். கிருஷ்ணய்யங்கார் இதைக் கேட்டு மிகவும் சந்தோஷத்துடன் விடை பெற்றுச் சென்றார்.

----

15. புதிய கோணங்கி

வேதபுரத்தில் ஒரு புது மாதிரிக் குடு குடுப்பைக்காரன் புறப்பட்டிருக்கிறான். உடுக்கைத் தட்டுவதிலே முப்பத்தைந்து தாளபேதங்களும், அவற்றிலே பல வித்தியாசங்களும் காட்டுகிறான். தாள விஷயத்திலே மஹா கெட்டிக்காரன். உடம்பு மேலே துணி மூட்டை சுமந்து கொண்டு போவதில்லை. நல்ல வெள்ளை வேஷ்டி உடுத்தி, வெள்ளைச் சட்டை போட்டுக் கொண்டிருக்கிறான். தலையிலே சிவப்புத் துணியால் வளைந்து வளைந்து பெரிய பாகை கட்டியிருக்கிறான். பாகையைப் பார்த்தால் நெல்லூர் அரிசி மூட்டையிலே பாதி மூட்டையைப் போலிருக்கிறது. நெற்றியிலே பெரிய குங்குமப் பொட்டு. மீசையும் கிருதாவுமாக மிகவும் விரிந்த பெரிய முகத்துக்கும் அவனுடைய சிவப்பு நிறத்துக்கும் அந்தக் குங்குமப் பொட்டு நன்றாகப் பொருந்தியிருக்கிறது. ஆள் நெட்டை தடியன். காலிலே ஹைதராபாது ஜோடு மாட்டியிருக்கிறான். நேற்றுக் காலையிலே, இவன் நம்முடைய வீதி வழியாக வந்தான். உடுக்கையிலே தாள விஸ்தாரம் நடக்கிறது. பெரிய மிருதங்கக்காரன் வேலை செய்வது போலே செய்கிறான், நல்ல கெட்டிக்காரன் அவன் சொன்னான்-

"குடுகுடு குடுகுடு குடுகுடு குடுகுடு
நல்ல காலம் வருகுது; நல்ல காலம் வருகுது
ஜாதிகள் சேருது, சண்டைகள் தொலையுது;
சொல்லடி, சொல்லடி சக்தி மாகாளீ,
வேதபுரத்தாருக்கு நல்லகுறி சொல்லு!
தரித்திரம் போகுது, செல்வம் வருகுது;
படிப்பு வளருது பாவம் தொலையுது;
படிச்சவன் சூதும் பாவமும் பண்ணினான்
போவான்,போவான் ஐயோவென்று போவான்.
வேதபுரத்திலே வியாபாரம் பெருகுது
தொழில் பெருகுது தொழிலாளி வாழ்வான்
சரித்திரம் வளருது சூத்திரம் தெரியுது
யந்திரம் பெருகுது தந்திரம் வளருது
மந்திர மெல்லாம் வளருது. வளருது!
குடுகுடு குடுகுடு குடுகுடு குடுகுடு
சொல்லடீ, சொல்லடீ, மலையாள பகவதீ
அந்தரி, வீரி, சண்டிகை சூலி!

இப்படி அவன் சொல்லிக்கொண்டே போவதை நான் மெத்தையிலிருந்து கேட்டேன். இதென்னடா புதுமையாக இருக்கிறதென்று ஆச்சரியத்துடன் அவனை நிற்கச் சொன்னேன். நின்றான். கீழே இறங்கிப்போய், அவனை ஸமீபத்திலே அழைத்து "எந்த ஊர்" என்று கேட்டேன். "சாமி,

குடுகுடுக்காரனுக்கு ஊரேது, நாடேது? எங்கேயோ பிறந்தேன், எங்கேயோ வளர்ந்தேன். எங்கெல்லலாமோ சுற்றிக் கொண்டு வருகிறேன்" என்றான்.

அப்போது நான் சொன்னேன்

"உன்னைப் பார்த்தால் புதுமையாகத் தெரிகிறது. சாதாரணக் கோணங்கிகளைப் போலில்லை. உன்னுடைய பூர்வோத்தரங்களைக் கூடிய வரையில் ஸவிஸ்தாரமாகச் சொல்லு. உனக்கு நேர்த்தியான சரிகை வேஷ்டி கொடுக்கிறேன்" என்றேன். அப்போது குடுகுடுக்காரன் சொல்லுகிறான்: "சாமி, நான் பிறந்த இடம் தெரியாது. என்னுடைய தாயார் முகம் தெரியாது. என்னுடைய தகப்பனாருக்கு இதுவே தொழில், அவர் தெற்குப் பக்கத்தைச் சேர்ந்தவர். "ஒன்பது கம்பளத்தார்" என்ற ஜாதி, எனக்குப் பத்து வயதாக இருக்கும்போது, தஞ்சாவூருக்கு என் தகப்பனார் என்னை அழைத்துக் கொண்டு போனார். அங்கே வைசூரி கண்டு செத்துப் போய்விட்டார். பிறகு நான் இதே தொழிலினால் ஜீவனம் செய்து கொண்டு பல தேசங்கள் சுற்றி ஹைதராபாத்துக்குப் போய்ச் சேர்ந்தேன். அப்போது எனக்கு வயது இருபதிருக்கும். அங்கே ஜான்ஸன் என்ற துரை வந்திருந்தார். நல்ல மனுஷ்யன். அவன் ஒரு 'கம்பெனி ஏஜெண்டு' இந்தியாவிலிருந்து தாசிகள், நடுவர், கழைக் கூத்தாடிகள், செப்பிடு வித்தைக்காரர், ஜாலக்காரர் முதலிய பல தொழிலாளிகளைச் சம்பளம் கொடுத்துக் கூட்டிக் கொண்டு போய், வெள்ளைக்கார தேசங்களிலே, பல இடங்களில் கூடாரமடித்து வேடிக்கை காண்பிப்பது அந்தக் கம்பெனியாரின் தொழில். விதிவசத்தினால் நான் அந்த ஜான்ஸன்துரை கம்பெனியிலே சேர்ந்தேன். இங்கிலாந்து, பிரான்ஸ் முதலிய ஐரோப்பிய தேசங்களிலே ஸஞ்சாரம் செய்திருக்கிறேன். அமெரிக்காவுக்குப் போயிருக்கிறேன். இரண்டு வருஷங்களுக்கு முன்பு சண்டை தொடங்கினபோது, மேற்படி 'கம்பெனி' கலைந்து போய் விட்டது. எங்களுக்கெல்லாம் பணம் கொடுத்து இந்தியாவுக்கு அனுப்பி விட்டார்கள். உயிருள்ளவரை போஜனத்துக்குப் போதும்படியான பணம் சேர்த்து வைத்திருக்கிறேன். ஆனாலும், பூர்வீகத் தொழிலைக் கைவிடுவது நியாயமில்லையென்று நினைத்து இங்கு வந்த பின்னும் பலவூர்களில் சுற்றி, இதே தொழில் செய்து வருகிறேன்.

ஐரோப்பா முதலிய தேசங்களில் சுற்றின காலத்தில் மற்றக் கூத்தாடிகளைப் போலே வீண் பொழுது போக்காமல், அவ்விடத்துப் பாஷைகளைக் கொஞ்சம் படித்து வந்தேன். எனக்கு இங்கிலீஷ் நன்றாகத் தெரியும். வேறு சில பாஷைகளும் தெரியும், அனேக புஸ்தகங்கள் வாசித்திருக்கிறேன். இங்கு வந்து பார்க்கையிலே அவ்விடத்து ஜனங்களைக் காட்டிலும் இங்குள்ளவர்கள் பல விஷயங்களிலே குறைவு பட்டிருக்கிறார்கள்.

நம்முடைய பரம்பரைத் தொழிலை வைத்துக் கொண்டே ஊரூராகப் போய் இங்குள்ள ஜனங்களுக்குக் கூடிய வரை நியாயங்கள் சொல்லிக் கொண்டு வரலாமென்று புறப்பட்டிருக்கிறேன். இது தான் என்னுடைய விருத்தாந்தம்' என்றான்.

ஒரு ஜரிகை வேஷ்டி எடுத்துக் கொடுக்கப் போனேன்; போன தீபாவளிக்கு வாங்கினது; நல்ல வேஷ்டி.

"சாமி, வேண்டியதில்லை" என்று சொல்லிவிட்டு அவன் மறுபடி உடுக்கை யடித்துக் கொண்டு போய் விட்டான். போகும் போதே சொல்லுகிறான்:

"குடுகுடு, குடுகுடு, குடுகுடு, குடுகுடு,
சாமிமார்க்கெல்லாம் தைரியம் வளருது,
தொப்பை சுருங்குது; சுறுசுறுப்பு விளையுது,
எட்டு லச்சுமியும் ஏறி வளருது,
பயந் தொலையுது, பாவந் தொலையுது,
சாத்திரம் வளருது, சாதி குறையுது,
நேத்திரம் திறக்குது, நியாயந் தெரியுது,
பழைய பயித்தியம் படீலென்று தெளியுது,
வீரம் வருகுது, மேன்மை கிடைக்குது,
சொல்லடீ சக்தி, மலையாள பகவதி,
தர்மம் பெருகுது, தர்மம் பெருகுது"

என்று சொல்லிக் கொண்டே போனான். அவன் முதுகுப் புறத்தை நோக்கி, தெய்வத்தை நினைத்து, ஒரு கும்பிடு போட்டேன்.

----

16. கடல்

ஒரு நாள் மாலையில் நான் வேதபுரம் கடற்கரையில் தனியிடத்தில் மணல் மேலே போய்ப் படுத்துக்கொண்டிருந்தேன். பகலில் நெடுந்தூரம் நடந்த களைப்பினால் அப்படியே தூங்கிப் போய் விட்டேன். அந்தத் தூக்கத்திலே கண்ட கனவை எழுதுகிறேன்.

நடுக்கடலில் ஒரு தீவு; அதனிடையே பெரிய அரண்மனை. அரண்மனைக்கருகே சிங்காரத் தோட்டம். அதில் ஒரு நீரோடை. அதனருகே புல்லாந் தரை மேல் பதினாறு வயதுள்ள ஒரு கன்னிகை உட்கார்ந்திருந்தாள். அவள் என்னைக் கண்ட மாத்திரத்தில் எழுந்து அரண்மனைக்குள் ஓடிப்போய் விட்டாள். நான் அவ்வழியைப் பின்தொடர்ந்து சென்றேன். போகிற வழியில் ஒரு பெரிய பாம்பு கிடந்தது. என்னைக் கண்டவுடன் படத்தைத் தூக்கி என் மேலே பாய்ந்து கடிக்க வந்தது. நான் ஓடினேன். அது என்னைத் துரத்திக் கொண்டு வந்தது. ஓடியோடிக் கடற்கரைக்கு வந்து சேர்ந்தேன். பாம்பு காலுக்கு மிகவும் சமீபமாக வந்தது. கடலுக்குள்ளே குதித்தேன்.

கடலிலே புயற்காற்று. ஓரலையைத்தூக்கி மூன்று பனையளவு தூரம் மேலே எறிகிறது. மற்றோரலையை மூன்று பனையளவு பள்ளத்தில் வீழ்த்துகிறது. எப்படியோ சாகாமல் அந்த அலைக்குத் தப்பிவிட்டேன். நெடுநேரத்துக்கப்பால் அலை அடங்கிற்று. நான் நீச்சலை விடவில்லை.

எப்படியோ நீந்திக்கொண்டு வருகிறேன். ஆனால் கரை தென்படவில்லை. பிறகு கைகளில் நோவுண்டாயிற்று. என்னால் நீந்தமுடியவில்லை. என்னுடைய குலதெய்வத்தின் பெயரை உச்சரித்தேன். அங்கே ஒரு கிழவன் தோணி விட்டுக் கொண்டு வந்தான். "அண்ணே, அண்ணே, என்னை உன்னுடைய தோணியில் ஏற்றிக் கொள்ளு. நான் புயற்காற்றில் அடிபட்டு மிகவும் நொந்து போயிருக்கிறேன்" என்று சொன்னேன். அவன் தனது தோணியில் ஏற்றிக்கொண்டான். தோணியை விட்டுக் கொண்டு கடலிலே போகிறோம்; போகிறோம்; வழி தொலையவேயில்லை. "அண்ணே, கரை சேர இன்னும் எத்தனை காலம் செல்லும்? எனக்குப் பசி கண் அடைக்கிறதே. நான் என்ன செய்வேன்?" என்று சொன்னேன்.

அந்தக் கிழவன் தின்பதற்குக் கொஞ்சம் அரிசி மாவும், ஒரு மிடறு தண்ணீரும் கொடுத்தான். இளைப்பாறி அப்படியே கண்ணயர்ந்தேன். (கனவுக்குள்ளே ஒரு தூக்கம்.) கொஞ்சம் ஆயாசம் தெளிந்தவுடனே கண்ணை விழித்துப் பார்த்தேன்; கரை தெரிந்தது. கிழவன் என்னைக் கரையில் யிறக்கி விட்டு, மறுபடி தனது தோணியைக் கடலிலே செலுத்திக்கொண்டு போனான்.

நான் அவனிடம் ஏதெல்லாமோ கேள்வி கேட்டேன். அவன் ஒன்றுக்கும் மறுமொழி சொல்லவில்லை. கண்ணுக்கெட்டும் வரை அவன் தோணியைப் பார்த்துக் கொண்டிருந்தேன். மறுபடி அந்தத் தீவுக்குள் கொஞ்ச தூரம் போனவுடனே பழைய அரண்மனை தெரிந்தது. அதனருகே சிங்காரத் தோட்டம், அந்த நீரோடை, அந்தப் பெண்ணும் முன்போலவே புல்லாந் தரைமேல் உட்கார்ந்து கொண்டிருக்கிறாள். என்னைக் கண்டவுடன் மறுபடி யெழுந்து தன் வீட்டை நோக்கி யோடினாள்.

நான் தொடர்ந்து போகவில்லை.

தொடர்ந்து போனால் முன்போலவே வழியில் பாம்பு கிடக்குமென்று நினைத்து மிகவும் பயங்கொண்டவனாய், அதிவேகமாகக் கடற்கரையை நோக்கி ஓடிச் சென்றேன். ஓடும் போதே பாம்பு துரத்திக்கொண்டு வருகிறதா என்று பலமுறை திரும்பிப் பார்த்தேன். பாம்பு வரவில்லை. கரைக்கு வந்து சேர்ந்தவுடனே இந்தத் தீவிலிருந்து எப்படியேனும் வெளியேறிப் போகலாமென்று யோசித்தேன். அந்தப் பெண் யாரென்று தெரிந்து கொண்டு பிறகு தான் அந்தத் தீவிலிருந்து புறப்பட வேண்டுமென்று மற்றொரு யோசனை யுண்டாயிற்று. அப்போது பசியும் களைப்பும் அதிகமாக இருந்தபடியால் அவற்றைத் தீர்க்க ஏதேனும் வழியுண்டா என்று சுற்றிப் பார்த்தேன். கரை யோரமாகவே நெடுந்தூரம் நடந்து வந்தபோது அங்கே ஒரு குடிசை தென்பட்டது.

அந்தக் குடிசைக்குள்ளே போய் நுழைந்தேன். அதற்குள்ளே ஒரு பிள்ளையார் வைத்திருந்தது.

அந்த மூர்த்தியின் முன்னே ஓர் இலையில் சோறு, கறி, பாயசம், பக்ஷணம் முதலியனவும், ஒரு குடத்தில் நீரும், பக்கத்தில் புஷ்பம், சந்தனம் முதலிய பூஜா திரவியங்களும் வைத்திருக்கக் கண்டேன். எனது பசியின் கொடுமையினால் அந்த ஆகாரத்தைத் தின்று விடலாமென்று யோசித்தேன். பிறகு சிந்தனை பண்ணிப் பார்த்தேன். 'போன ஜன்மத்தில் என்ன பாவம் பண்ணியோ இந்த ஜன்மத்தில் இந்தத் தீவில் வரவும், இத்தனைக் கஷ்டப்படவும் ஏதுவுண்டாயிற்று. இப்போது பசித் துன்பத்தைப் பெரிதாக எண்ணி எந்த மகானோ சுவாமி பூஜைக்காக வைத்திருக்கும் திருவமுதை அபகரித்தால், இன்னும் பாவம் மேற்படும். ஆதலால் அந்தக் காரியம் செய்யக் கூடாது என்று தீர்மானம் செய்து கொண்டேன்.

பசி தாங்கவில்லை.

நாமே பூஜை நைவேத்தியம் முடித்து விட்டுப் பிறகு அந்த உணவைக் கொள்ளலா மென்று நினைத்து ஸ்நானம் செய்ய இடம் கிடைக்குமா என்று பார்க்கும் பொருட்டு வெளியே வந்து சிறிது தூரம் சுற்றிப்பார்த்ததில் அங்கே ஒரு சுனையிருந்தது. அதில் ஸ்நானம் செய்து ஸந்தி முதலிய கர்மங்களை முடித்து விட்டு மறுபடி குடிசைக்குள் போய்ப் பார்க்கையில் பிள்ளையார் மாத்திரந்தானிருந்தது.

சோறு வடை தண்ணீர் பூ சந்தனம் ஒன்றையும் காணவில்லை. எனக்கு வயிற்றெரிச்சல் பொறுக்க முடியவில்லை. "பிள்ளையாரே, பிள்ளையாரே, உமக்கு எங்கள் வேதபுரி சேர்ந்தவுடனே முப்பத்து மூன்று தேங்காய் உடைத்துப் பூஜை செய்கிறேன். எனக்கிந்த ஆபத்து நேரத்தில் உதவி செய்ய மாட்டீரா?" என்று வேண்டி வருத்தப்பட்டேன்.

இந்த நிலையில் எனது கனவு தடைப்பட்டது. பல குழப்பங்களுண்டாயின; செய்தி நினைப்பில்லை. பிறகு மறுபடியும் நான் கடலலைகளின்மீது மிதந்து செல்வது கண்டேன். யுகப் பிரளயம் போலவேயிருந்தது. என் கைகள் புடைத்தன. கண் தெரியவில்லை. பிரக்கினை சரியில்லை.

கடலைத் திவலை திவலையாக உடைத்து நாசம் செய்துவிட வேண்டுமென்ற நோக்கத்துடன் வாயு புடைப்பது போலிருந்தது; அதே சமயத்தில் எனதுடம்பைக் கடலலைகள் பந்தாடின.

என்னுயிரைக் கால தூதர் பந்தாடுவதுபோல் தோன்றிற்று. அப்போது மீண்டும் குல சக்தியின் பெயரை உச்சரித்து, விநாயகரை நினைத்தும் "பிள்ளையாரே, என்னை வேதபுரத்துக் கரை சேர்த்துவிட்டால் உமக்கு மூவாயிரத்து முந்நூறு தேங்காய் உடைக்கிறேன். காப்பாற்ற வேண்டும், காப்பாற்ற வேண்டும்" என்று என்னை அறியாமல் கூவினேன்.

சிறிதுநேரத்துக்குள் புயற் காற்று நின்றது; அங்கே ஒரு தோணி வந்தது; தோணியின் அழகு சொல்லி முடியாது. மயில் முகப்பும், பொன்னிறமும் கொண்டதாய் அன்னம் நீந்தி வருவது போல மெதுவாக என்னருகில் வந்த அத்தோணியிடையே ஒரு மறக்குமாரன் ஆசனமிட்டு வீற்றிருந்தான். அவன் முகத்தினொளி தீ யொளி போலே விளங்கிற்று. தோணியைக் கண்டவுடனே நான் கை கூப்பினேன். அப்போது தோணிக்காரனிடம் என்னை யேற்றிக் கொள்ளும்படி அவன் கட்டளையிட்டான். அவர்கள் என்னை யேற்றிக் கொண்டனர்.

அந்தத் தோணியில் ஏறினவுடனே என் உடம்பிலும், மனதிலுமிருந்த துன்பங்களெல்லாம் நீங்கிப் போயின. என் உடம்பைப் பார்த்தால் ராஜாவுடை

தரித்திருக்கிறது. பதினாறு வயது பிள்ளையாகவே நானுமிருந்தேன். தோணியிடையிருந்த மன்னன் கரத்திலே வேல் தெரிந்தது. அப்போது கண்ணை விழித்தேன். வேதபுரத்துக் கடற்கரை, மாலை வேளை; மணல்மீது நான் படுத்திருப்பது கண்டேன்.

நம்பிக்கை யுண்டாகவில்லை. கண்ணை நன்றாகத் துடைத்துப் பார்த்தேன். தீவும், புயற்காற்றும், கனவென்று தெரிந்து கொண்டேன். அந்தத் தீவில் என்னைக் கண்டவுடன் ஓடி மறைந்த பெண்ணின் வடிவம் என் கண் முன்னே நிற்பது போலிருந்தது. பிறகு தோணியிலே கண்ட மன்னன் வடிவம் தெரிந்தது... வீடு வந்து சேர்ந்தேன்.

வேதபுரத்தில் மௌனச் சாமியார் என்றொருவர் இருக்கிறார். அவரிடம் கனவைச் சொல்லி, அந்தத் தீவிலே கண்ட பெண் யாரென்று கேட்டேன். "உன்னை யார் காப்பாற்றியதென்பதை நீ அறியவில்லை. அந்தப் பெண் உன்னிடம் அன்பு கொண்டாள்.

இரண்டாம் முறை தோணியிலே தோன்றிய இளவரசன் கையில் ஒரு வேல் இருந்தது கண்டனையா? அதுவே உனக்குப் பெண்ணாகத் தோன்றிற்று. உன்னைக் கவலைக் கடலில் வீழ்த்திய பெண்ணே பிறகு வேலாகத் தோன்றி உன்னைக் காத்தாள்" என்று சொன்னார்.

சக்தியே வேலென்றும் அதுவே உயிருக்கு நல்ல துணையென்றும் தெரிந்து கொண்டேன். சீக்கிரத்தில் நல்ல நாள் பார்த்து வேதபுரத்திலுள்ள ஏழைப் பிள்ளையாருக்கு மூவாயிரத்து முந்நூறு தேங்காய் உடைக்க வேண்டுமென்று தீர்மானம் செய்திருக்கிறேன்.

---

17. கடற்கரையாண்டி

ஒரு நாள், நடுப்பகல் நேரத்திலே, நான் வேதபுரத்தில் கடற்கரை மணலின் மேல் அலைக்கு எதிரே போய் உட்கார்ந்திருந்தேன். காலை முதலாகவே வானத்தை மேகங்கள் மூடி மந்தாரமாக இருந்தபடியால் மணல் சுடவில்லை. உச்சிக்கு நேரே சூரியன். மேகப் படலத்துக்குட்பட்டு சந்தேகத்தால் மறைக்கப்பட்ட ஞானத்தைப்போல் ஒளி குன்றியிருந்தான். அலைகள் எதிரே மோதின. வடகீழ்த் திசையிலிருந்து சில்லென்ற குளிர்ந்த காற்று வீசிற்று.

குருட்டு வெயில் கடல்மீது படுவதனால், அலைகளைப் பார்க்கும் போது கொஞ்சம் கண் கூசிற்று. சிறிது தொலையில் ஒரு வெளி நாட்டு வியாபாரக் கப்பல் வந்து நின்றது. நானும் பொழுது போகாமல், ஒரு தோணிப்புறத்திலேயிருந்து கடலையும் அலையையும் பற்றி யோசனை செய்து கொண்டிருந்தேன். 'அடா! ஓ-யா-மல், ஓயாமல், எப்போதும் இப்படி ஓலமிடுகிறதே! எத்தனை யுகங்களாயிற்றோ! விதியன்றோ! விதியன்றோ இந்தக்கடலை இப்படியாட்டுவது? விதியின் வலிமை பெரிது.

'விதியினால் அண்டகோடிகள் சுழல்கின்றன. விதிப்படியே அணுக்கள் சலிக்கின்றன. மனுஷ்யர், தேவர், அசுரர் முதலிய பல கோடி ஜீவராசிகளின் மனங்களும், செயல்களும் விதிப்படி நடக்கின்றன. இந்த சூரியன் விதிக்குக் கட்டுப்பட்டிருக்கிறான். மேகங்களெல்லாம் விதிப்படி பிறந்து, விதிப்படி யோடி, விதிப்படி மாய்கின்றன. இவ்வாறு யோசனை செய்து கொண்டிருக்கையிலே அங்கொரு யோகி வந்தார்.

இவருக்கு வேதபுரத்தார் கடற்கரையாண்டி என்று பெயர் சொல்லுவார்கள். ஏழைகள் இவரைப் பெரிய சித்தரென்றும், ஞானி யென்றும் கொண்டாடுவார்கள். கண்ட இடத்தில் சோறு வாங்கித் தின்பார்; வெயில் மழை பார்ப்பது கிடையாது. சில மாதங்கள் ஓரூரில் இருப்பார், பிறகு வேறெங்கேனும் போய், ஓரிரண்டு வருஷங்களுக்குப் பின் திரும்பி வருவார். இவருடைய தலையெல்லாம் சடை, அரையிலொரு காவித்துணி, வேதபுரத்திலே தங்கும் நாட்களிலே இவர் பெரும்பாலும் கடலோரத்தில் உலாவிக் கொண்டிருப்பார். அல்லது தோணிகளுக்குள்ளே படுத்துத் தூங்குவார். இந்தக் கடற்கரை யாண்டி நடுப்பகலில் நான் அலைகளைப் பார்த்து யோசனை செய்வது கண்டு புன்சிரிப்புடன் வந்து என்னருகே மணலின் மேல் உட்கார்ந்து கொண்டு, "என்ன யோசனை செய்கிறாய்?" என்று கேட்டார்.

"விதியைப்பற்றி யோசனை செய்கிறேன்" என்றேன்.

"யாருடைய விதியை?" என்று கேட்டார்.

"என்னுடைய விதியை, உம்முடைய விதியை; இந்தக் கடலின் விதியை, இந்த உலகத்தின் விதியை" என்று சொன்னேன். அப்போது கடற்கரையாண்டி சொல்லுகிறார்:

"தம்பி, உனக்கும், கடலுக்கும், உலகத்துக்கும் விதி தலைவன். எனக்கு விதி கிடையாது; ஆதலால் உங்கள் கூட்டத்தில் என்னைச் சேர்த்துப் பேசாதே" என்றார்.

"எதனாலே?" என்று கேட்டேன்!

அப்போது அந்த யோகி மிகவும் உரத்த குரலில், கடலோசை தணியும்படி பின்வரும் பாட்டை ஆச்சரியமான நாட்டை ராகத்தில் பாடினார்.

சேல்பட் டழிந்தது
செந்தூர் வயற்பொழில்; தேங்கடம்பின்
மால்பட் டழிந்தது
பூங்கொடி யார்மனம் மாமயிலோன்
வேல் பட் டழிந்தது
வேலையும் சூரனும் வெற்புமவன்
கால்பட் டழிந்ததிங்
கென்றலை மேலயன் கைகொழுந்தே!

கந்தரலங்காரத்தில் நான் பலமுறை படித்திருக்கும் மேற்படி பாட்டை அந்த யோகி பாடும்போது, எனக்கும் புதிதாக இருந்தது. மேலெல்லாம் புளகமுண்டாய்விட்டது. முதலிரண்டடி சாதாரணமாக உட்கார்ந்து சொன்னார். மூன்றாவது பதம் சொல்லுகையில் எழுந்து நின்று கொண்டார். கண்ணும், முகமும் ஒளிகொண்டு ஆவேசம் ஏறிப் போய்விட்டது. "வேல் பட்டழிந்தது வேலை (கடல்)" என்று சொல்லும்போது சுட்டு விரலால் கடலைக் குறித்துக் காட்டினார். கடல் நடுங்குவதுபோல் என் கண்ணுக்குப் புலப்பட்டது.

பிறகு சொன்னார்:

தெய்வத்தின் வேலாலே கடல் உடைந்தது. மலை தூளாய்விட்டது. சூரபத்மன் சிதறிப்போனான். அந்த முருகனுடைய திருவடி என் முடிமீது தொட்டது, நான் விடுதலை கொண்டேன். விடுதலைப் பட்டது பாச வினை விலங்கே."

இங்ஙனம் அவர் சொல்லிக் கொண்டிருக்கையில் மழை வந்துவிட்டது. நானெழுந்து வீட்டுக்குப் புறப்பட்டேன். அவர் அப்படியே அலையில் இறங்கி ஸ்நானம் செய்யப் போனார். நான் மணலைக் கடந்து சாலையில் ஏறும்போது,

கடற்புறத்திலிருந்து சிங்கத்தின் ஒலி போலே, 'விடுதலை; விடுதலை; விடுதலை' என்ற ஒலி கேட்டது.

----

18. செய்கை

வேதபுரத்தில் வேதபுரீசர் ஆலயம் என்ற சிவன் கோவில் இருக்கிறது. அந்தக் கோவிலில் எழுந்தருளியிருக்கும் சுப்ரமணியக் கடவுளுக்குப் பல அடியார் ரத்தினமிழைத்த வேல் சாத்தும் கிரியை சென்ற திங்கட்கிழமை மாலையிலே நிகழ்ந்தது. அன்று காலையில் சுவாமிக்குப் பலவிதமான அபிஷேகங்கள் நடந்தன. சந்தனாபிஷேகம் நடக்கும் சமயத்தில் நான் சந்நிதிக்குப் போய்ச் சேர்ந்தேன். எனக்கு முன்னாகவே என்னுடைய சிநேகிதர் பிரமராய அய்யர் அங்கு வந்து தரிசனம் பண்ணிக் கொண்டிருந்தார்.

"சூரபத்மனை அடித்த உஷ்ணம் அமரும் பொருட்டாக எம்பெருமான் சந்தனாபிஷேகம் செய்து கொள்ளுகிறான்" என்று பிரமராய அய்யர் சொன்னார். அங்கே ஒரு பிச்சி (பித்துப் பிடித்துக் கொண்டவள் போலே காணப்பட்ட பெண்) வந்து கந்தர் ஷஷ்டி கவசம் சொல்லிக்கொண்டு சந்நிதியிலே நின்று நர்த்தனம் செய்தாள். இந்த வினோதமெல்லாம் கண்டு பிறகு தீபாராதனை சேவித்துவிட்டு நானும் பிரமராய அய்யரும் திருக்குளத்துக்கரை மண்டபத்திலே போய் உட்கார்ந்தோம்.

அங்கே விடுதலையைப் பற்றி பிரமராய அய்யர் என்னிடம் சில கேள்விகள் கேட்டார். பிறகு நாட்டியத்தைப் பற்றிக் கொஞ்சம் சம்பாஷணை நடந்தது. சங்கீதத்தில் நம்மவர் தற்காலத்தில் சோக ரசம், சிங்கார ரசம் என்ற இரண்டு மாத்திரம் வைத்துக் கொண்டு மற்ற ஏழையும் மறந்துவிட்டது போல, நாட்டியத்திலும் சோகம் சிங்காரம் இரண்டுதான் வைத்திருக்கிறார்கள். மற்ற ஏழும் ஏறக்குறைய கிருஷ்ணார்ப்பணம் என்று பலவிதமாகப் பேசினார்.

"நாட்டியம் மிகவும் மேலான தொழில். இப்போது அந்தத் தொழிலை நமது நாட்டில் தாசிகள் மாத்திரமே செய்கிறார்கள். முற்காலத்தில் அரசர் ஆடுவதுண்டு. பக்தர் ஆடுவது லோக பிரசித்தம். கண்ணன் பாம்பின் மேலும், சிவன்சிற்சபையிலும் ஆடுதல் கண்டோம். கணபதி, முருகன், சக்தி முதலிய தெய்வங்களுக்கெல்லாம் தனித்தனியே பிரத்தியேகமான கூத்து வகைகள் சாஸ்திரங்களிலே சொல்லப்பட்டிருக்கின்றன. கவலையை வெல்லுதல் குறி. கவலை நீங்கினால் ஆட்டமும் பாட்டமும் இயற்கையிலே பிறக்கும். பூர்வீக ராஜாக்கள் அனுபவித்த சுகமும் அடைந்த மேன்மையும் இக்காலத்தில் இல்லை. ராஜயோகியானால் அவனுக்கு நாட்டியம் முதலிய தெய்வக்கலைகள் இயற்கையிலே சித்தியாகும்."

இங்ஙனம் பிரமராய அய்யர் பேசிக்கொண்டிருக்கையில் அவ்விடத்துக்கு மேற்படி கோயில் தர்மகர்த்தாவாகிய வீரப்ப முதலியாரும் வந்து சேர்ந்தார். வீரப்ப முதலியார் நல்ல தீரர்; பல பெரிய காரியங்களை எடுத்துச் சாதித்தவர்.

இவருடைய குமாரன் மகா வீரனென்று போர்க்களத்தில் கீர்த்தியடைந்திருக்கிறான். இவர் வந்தவுடனே சம்பாஷணை கொஞ்சம் மாறுபட்டது. ஏதேதோ விஷயங்கள் பேசிக் கொண்டிருந்தார்கள். அப்போது கோவில் பணிவிடைக்காரன் ஒருவன் கையிலே மஞ்சள் காயிதங்கள் கொண்டு வந்து ஆளுக்கொன்று வீதம் கொடுத்தான். அதென்ன காகிதமென்றால், அன்று மாலை கோயிலில் நடக்கப்போகிற பெரிய பாளையம் மடாதிபதியின் உபந்நியாசத்துக்கு எல்லாரும் வந்து "சிறப்பிக்க வேண்டும்" என்ற அழைப்புக் காயிதம்.

அந்தக் காயிதத்தின் மகுடத்தில் ஒரு விருத்தம் எழுதியிருந்தது. அவ்விருத்தத்தின் பின்னிரண்டடிகள் பின்வருமாறு:

தோகை மேல் உலவும் கந்தன்
சுடர்க் கரத்திருக்கும் வெற்றி
வாகையே சுமக்கும் வேலை
வணங்குவ தெமக்கு வேலை.

(மயிலின் மேலே உலவுகின்ற கந்தனுடைய கையில் வெற்றி மாலை சூடி நிற்கும் வேலாயுதத்தை வணங்குவதே நம்முடைய தொழில்.)

இவ்விரண்டு பாதங்களையும் படித்துப் பார்த்துவிட்டு பிரமராய அய்யர் "நல்ல பாட்டு" என்றார். வீரப்ப முதலியார் பின்வருமாறு பிரசங்கம் செய்யலானார்:

"கேளும் காளிதாஸரே, பிரமராய அய்யரே, நீரும் கேளும். தெய்வத்தைப் போற்றுவதே நம்முடைய வேலையென்றும், அதைத் தவிர நமக்கு வேறு எவ்விதமான தொழிலும் கிடையாதென்றும் சொல்லிக் கொண்டிருப்போர் சோம்பரில் முழுகிப் போய்த் தம்முடைய வாணாளையும் வீணாகச் செய்து பிறரையும் கெடுக்கிறார்கள். செய்கை பிரதானம். செய்கையை விடுதல் பாவம். கடவுள் நமக்கு ஐம்புலன்களையும், அறிவையும் கொடுத்து எப்போதும் உழைப்பினாலேயே தனக்கும் பிறர்க்கும் நன்மை தேடும்படி ஏற்பாடு செய்திருக்கிறார். அதற்கு மாறாகச் செய்கையற்றுச் சும்மா இருப்பதை இன்பமென்று நினைப்போர் நாசத்தை அடைவார்கள். தெய்வம், கிய்வம் எல்லாம் வீண் பேச்சு. வேலை செய்தவன் பிழைப்பான்; வேலை செய்யாதவன் செத்துப் போவான்" என்றார்.

அப்போது பிரமராய அய்யர்:

"சோம்பேறி தெய்வத்தின் பெயரை ஒரு முகாந்தரமாகக் காட்டித் தன்னுடைய சோம்பலை ஆதரிப்பதாகச் சொன்னீர்கள்; இருக்கலாம். அதனாலே தெய்வத்தை

நம்பிச் செய்கைப் பொறுப்பில்லாமல் இருப்போரெல்லாம் சோம்பேறிகளென்று நினைப்பது குற்றம். உண்மை அப்படியில்லை. இயற்கையின் வலிமையிலே இயற்கையின் கொள்கைப்படி, இயற்கையே மனிதரின் செயல்களையெல்லாம் நடத்துகிறான். இது மறுக்க முடியாத சத்தியம். இதை உணர்ந்தவன் ஞானி: இந்த ஞானமுண்டாகித் தான் செய்யும் செய்கைகளுக்குத் தான் பொறுப்பில்லையென்றும் தெய்வமே பொறுப்பென்றும் தெரிந்து கொண்டு நடக்கும் பெரியோர் சோம்பலிலே முழுகிக் கிடப்பதில்லை. அவர்கள் அக்னியைப் போலே தொழில் செய்வார்கள். எப்போதும் ஆனந்தத்திலே இருப்பதனால் அவர்களிடம் அற்புதமான சக்திகள் பிறக்கும். அந்த சக்திகளைக் கொண்டு அவர்கள் செய்யும் தொழில் உலகத்தாருக்குக் கணக்கிட முடியாத நன்மைகளைச் செய்யும். பகவான் கீதையிலே என்ன சொல்லுகிறார்? தெய்வமே செய்கிறது. தான் செய்வதாக நினைப்பவன் மூடன். ஆதலாலே முன்பின் யோசனை செய்யாமல் அப்போதப்போது நேரிடும் தர்மத்தை அனல் போலே செய்ய வேண்டும். ஆதலால், ஹே அர்ஜுனா!

வில்லினை யெடடா-கையில்
வில்லினை யெடடா-அந்தப்
புல்லியர் கூட்டத்தைப் பூழ்தி செய்திடடா!
வாடி நில்லாதே- மனம்
வாடி நில்லாதே-வெறும்
பேடியர் ஞானப் பிதற்றல் சொல்லாதே!
ஒன்றுள துண்மை-என்றும்
ஒன்றுள துண்மை-அதைக்
கொன்றி டொணாது குறைத்த லொண்ணாது!
துன்பமுமில்லை-கொடுந்
துன்பமுமில்லை-அதில்
இன்பமுமில்லை பிற பிறப் பில்லை!
படைகளுந் தீண்டா-அதைப்
படைகளுந் தீண்டா-அனல்
சுடவு மொண்ணாது புனல் நனையாது!
செய்தலுன் கடனே-அறம்
செய்தலுன் கடனே-அதில்
எய்துறும் விளைவினில் எண்ணம் வைக்காத
வில்லினை யெடடா

என்று பகவான் சொன்னார்.

ஆதலால் பகவானுக்குத் தொழிலே பொறுப்பில்லை. ஆனால் தொழிலுண்டு. அது தெய்வத்தாலே கொடுக்கப்படும் உண்மையான தெய்வ பக்தி

யுடையவர்கள் செய்யும் செய்கையினால் கிருதயுகம் விளையும். அவர்கள் எவ்விதமான செய்கையும் தமக்கு வேண்டியதில்லையென்று உதறி விட்டவுடனே பகவான் அவர்களைக் கருவியாகக் கொண்டு மகத்தான செய்கைகளைச் செய்வான்" என்று பிரமராய அய்யர் சொன்னார்.

அப்போது வீரப்ப முதலியார் என்னை நோக்கி "உமது கருத்தென்ன?" என்று கேட்டார். நான் "எனக்கெனச் செயல் யாதொன்றுமில்லை" என்ற முன்னோர் பாடலை எடுத்துச் சொல்லி, சக்தி நாமத்தைக் கூறி "நான் செய்கையற்று நிற்கிறேன். பராசக்தி என் மூலமாக எது செய்வித்தாலும் அவளுடைய இஷ்டமே யன்றி என்னுடைய இஷ்டமில்லை" என்றேன்.

இந்தச் சமயத்தில் தண்டபாணிக்குப் பூஜை நடந்து தீபாராதனையாய்க் கொண்டிருப்பதாக ஒருவன் வந்து சொன்னான். எல்லாரும் எழுந்து சேவிக்கப் புறப்பட்டோம். சபை கலைந்தது.

----

19. சும்மா

நேற்று சாயங்காலம் நான் தனியாக மூன்றாவது மெத்தையில் ஏறி உட்கார்ந்திருந்தேன். நான் இருக்கும் வீட்டில் இரண்டாவது மெத்தையிலிருந்து மூன்றாம் மெத்தைக்கு ஏணி கிடையாது. குடக்கூலி வீடு. அந்த வீட்டுச் செட்டியாரிடம் படி (ஏணி) கட்டும்படி எத்தனையோ தரம் சொன்னேன். அவர் இன்றைக்காகட்டும், நாளைக்காகட்டும் என்று நாளைக் கடத்திக் கொண்டு வருகிறார். ஆதலால் மூன்றாம் மெத்தைக்கு ஏறிப்போவது மிகவும் சிரமம். சிறிய கைச்சுவர்மேல் ஏறிக்கொண்டு அங்கிருந்து ஒரு ஆள் உயரம் உந்த வேண்டும். மூன்றாங்கட்டின் சுவரோரத்தைக் கையால் பிடித்துக் கொண்டு கைச்சுவர் மேலிருந்து உந்தும்போது கொஞ்சம் கை வழுக்கிவிட்டால் ஒன்றரை ஆள் உயரம் கீழே விழுந்து மேலே காயம்படும்.

நான் தனிமையை விரும்புவோன். ஆதலால், சிரமப்பட்டேறி அடிக்கடி மூன்றாங்கட்டிலே போய் உட்கார்ந்திருப்பது வழக்கம். இந்த மார்கழி மாதத்தில் குளிர் அதிகமானபடியால் வெயில் காய்வதற்கும் இது இதமாகும். இங்ஙனம் நேற்று மாலை, நான் வெயில் காய்ந்து கொண்டிருக்கையிலே குள்ளச் சாமியாரும் வேணு முதலியும் வந்து சேர்ந்தார்கள். அவர்கள் இரண்டாங்கட்டு வெளி முற்றத்தில் வந்து நின்று கொண்டு என்னைக் கைதட்டிக் கூப்பிட்டார்கள். நான் இறங்கி வரும் பொருட்டாக வேஷ்டியை இடுப்பில் வரிந்து கட்டினேன். அதற்குள் குள்ளச் சாமியார் என்னை நோக்கி "நீ அங்கேயே இரு, நாங்கள் வருகிறோம்" என்று சொன்னார்.

இந்தக் குள்ளச் சாமியாரைப் பற்றி முன்னொருமுறை எழுதியிருப்பது ஞாபகமிருக்கலாம். இவர் கலியுக ஜடபரதர் மகா ஞானி, சர்வஜீவ தயாபரன், ராஜயோகத்தால் மூச்சைக் கட்டி ஆளுகிற மகான். இவர் பார்ப்பதற்குப் பிச்சைக்காரன் போலே கந்தையை உடுத்திக் கொண்டு தெருக்களில் உலாவுவார். இவருடைய மகிமை ஸ்திரிகளுக்கும் குழந்தைகளுக்கும் மாத்திரம் எப்படியோ தெரிந்திருக்கிறது. தெருவில் இவர் நடந்து செல்லுகையில் ஸ்திரீகள் பார்த்து இவரைக் கையெடுத்துக் கும்பிடுவார்கள். குழந்தைகளெல்லாம் இவரைக் கண்டவுடன் தாயை நோக்கி ஓடுவது போலே ஓடி இவருடைய முழங்காலை மோர்ந்து பார்க்கும். இவர் பேதை சிரிப்புச் சிரித்துக் குழந்தைகளை உச்சி மோந்து பார்ப்பார்.

ஆனால் சாமானிய ஜனங்களுக்கு அவருடைய உண்மையான மகிமை தெரியமாட்டாது. கண்மூடித் திறக்கு முன்னாகவே கைச்சுவர் மேல் ஒரு பாய்ச்சல் பாய்ந்து அங்கிருந்து மேல் மெத்தைக்கு இரண்டாம் பாய்ச்சலில் வந்து விட்டார். இவரைப் பார்த்து இவர் போலே தானும் செய்ய வேண்டுமென்ற எண்ணங் கொண்டவராய் வேணு முதலியார் ஜாக்கிரதையாக

ஏறாமல் தானும் பாய்ந்தார். கைப்பிடிச் சுவர் மேல் சரியாகப் பாய்ந்துவிட்டார். அங்கிருந்து மேல் மெத்தைக்குப் பாய்கையில் எப்படியோ இடறித் தொப்பென்று கீழே விழுந்தார்.

இடுப்பிலேயும் முழங்காலிலேயும் பலமான அடி; ஊமைக் காயம். என் போன்றவர்களுக்கு அப்படி அடிபட்டால் எட்டு நாள் எழுந்திருக்க முடியாது. ஆனால் வேணு முதலியார் நல்ல தடியர். "கொட்டாபுளி ஆசாமி." ஆதலால் சில நிமிஷங்களுக்குள்ளே ஒருவாறு நோவைப் பொறுத்துக் கொண்டு மறுபடி ஏறத் தொடங்கினார்.

குள்ளச் சாமியார் அப்போது என்னை நோக்கி, "நாமும் கீழே இறங்கிப் போகலாம்" என்று சொன்னார். சரியென்று நாங்கள் வேணு முதலியாரை ஏற வேண்டாமென்று தடுத்து விட்டுக் கீழே இறங்கி வந்தோம். இரண்டாங் கட்டு வெளி முற்றத்திலேயே மூன்று நாற்காலிகள் கொண்டு போட்டு உட்கார்ந்து கொண்டோம்.

அப்போது வேணு முதலியார் என்னை நோக்கி "அங்கே தனியாக ஹனுமாரைப் போலப் போய்த் தொத்திக் கொண்டு என்ன செய்தீர்?" என்று கேட்டார்.

"சும்மாதான் இருந்தேன்" என்றேன்.

வந்து விட்டதையா வேணு முதலியாருக்குப் பெரிய கோபம். பெரிய கூச்சல் தொடங்கி விட்டார்.

"சும்மா, சும்மா, சும்மா, சும்மா இருந்து சும்மா இருந்துதான் ஹிந்து தேசம் பாழாய்க் குட்டி சுவராய்ப் போய்விட்டதே! இன்னம் என்ன சும்மா? எவனைப் பார்த்தாலும் இந்த நாட்டில் சும்மாதான் இருக்கிறான். லக்ஷ லக்ஷ லக்ஷமாகப் பரதேசி, பண்டாரம், சந்நியாசி, சாமியார் என்று கூட்டம் கூட்டமாகச் சோம்பேறிப் பயல்கள், கஞ்சா அடிக்கிறதும், பிச்சை வாங்கித் தின்கிறதும், சும்மா உலவுகிறதும்தான் அந்தப் பயல்களுக்கு வேலை. இரண்டு வேளை ஆகாரம் ஒருவனுக்கு இருந்தால், அவன் தொழில் செய்யும் வழக்கம் இந்த தேசத்திலே கிடையாது.

ஜமீன்தார், மிட்டாதார், பண்ணையார், மிராசுதார், இனாம்தார், ஜாகீர்தார், மடாதிபதிகள், ராஜாக்கள் எல்லாருக்கும் சும்மா இருப்பதுதான் வேலை. சோம்பேறிப் பயல்களுடைய தேசம்" என்று பல விதமாக வேணு முதலியார் ஜமாய்க்கிற சமயத்தில் குள்ளச்சாமி மேற்குமுகமாகச் சூரியனை நோக்கித்

திரும்பிக் கொண்டு "சும்மா இருப்பதுவே மட்டற்ற பூரணம் என்றெம்மால் அறிதற்கெளிதோ பராபரமே" என்ற தாயுமானவர் கண்ணியைப் பாடினார்.

வேணு முதலியார் அவரை நோக்கி, "சாமியாரே, நீர் ஏதோ ராஜயோகி என்று காளிதாஸர் சொல்லக் கேள்விப்பட்டேன். உம்முடன் நான் பேசவில்லை. காளிதாஸரிடம் நான் சொல்லுகிறேன். நீர் சந்நியாசியென்று சொல்லி ஜன்மத்தையே மரத்தின் ஜன்மம்போலே யாதொரு பயனுமில்லாமல் வீணாகச் செலவிடும் கூட்டத்தைச் சேர்ந்தவர். மரமாவது பிறருக்குப் பழங்கள் கொடுக்கும், இலை கொடுக்கும், விறகு கொடுக்கும். உங்களை மரத்துக்கொப்பாகச் சொல்லியது பிழை. உங்களாலே பிறருக்கு நஷ்டம்; மரத்தால் பிறருக்கு எத்தனையோ லாபம்" என்றார். இங்ஙனம் வேணு முதலியார் சொல்லிக் கொண்டிருக்கும்போதே குள்ளச் சாமியார்,

சும்மா இருக்கச் சுகம் சுகமென்று சுருதி யெல்லாம்
அம்மா நிரந்தரம் சொல்லவும் கேட்டு அறிவின்றியே
பெம்மான் மவுனி மொழியையுந் தப்பி என் பேதைமையால்
வெம்மாயக் காட்டில் அலைந்தேன் அந்தோ என் விதி வசமே!

என்று தாயுமானவருடைய பாட்டொன்றைச் சொன்னார்.

வேணு முதலியாருக்குக் கீழே விழுந்த நோவு பொறுக்க முடியவில்லை. அந்தக் கோபம் மனதில் பொங்குகிறது. அத்துடன் சாமியார் சிரித்துச் சிரித்துப் பாட்டு சொல்வதைக் கேட்டு அதிகக் கோபம் பொங்கி விட்டது. வேணு முதலியார் சொல்லுகிறார்.

"ஓய் சாமியாரே, நீர் பழய காலத்து மனிதர். உம்முடன் நான் தர்க்கம் செய்ய விரும்பவில்லை. என்னுடைய சாமர்த்தியம் உமக்குத் தெரியாது. நான் பன்னிரண்டு பாஷைகளிலே தேர்ச்சியுடையவன். உமக்குத் தமிழ் மாத்திரம் தெரியும். நான் இந்த யுத்தம் முடிந்தவுடன் அமெரிக்காவுக்கும் ஐரோப்பாவிற்கும் போய் அங்கெல்லாம் இந்து மதத்தை ஸ்தாபனம் செய்யப்போகிறேன். நீர் தெருவிலே பிச்சை வாங்கித் தின்று திண்ணை தூங்குகிற பேர்வழி. உமக்கும் எனக்கும் பேச்சில்லை. தேசத்திற்காகப் பாடுபடுவதாக 'ஹம்பக்' பண்ணிக் கொண்டிருக்கிற காளிதாசர்-இந்தவிதமான சோம்பேறிச் சாமியார்களுடன் கூடிப் பொழுது கழிப்பது எனக்கு மிகுந்த ஆச்சரியத்தை விளைவிக்கிறது. உங்களிடமிருந்துதான் அவர் இந்த சும்மா இருக்கும் தொழில் கற்றுக் கொண்டார் போலும்!" என்று வேணுமுதலியார் இலக்கணப் பிரயோகங்களுடன் பேசத் தொடங்கினார்.

மறுபடி சாமியார்;

சும்மா இருக்கச் சுகம் உதய மாகுமே
இம்மாயா யோகம் இனி ஏனடா-தம்மறிவின்
சுட்டாலே யாகுமோ சொல்ல வேண்டாம் கர்ம
நிஷ்டா சிறு பிள்ளாய் நீ.

என்ற தாயுமானவருடைய வெண்பாவைப் பாடினார்.

அப்போது வேணு முதலியார் என்னை நோக்கி "ஏனையா? காளிதாஸரே, இந்தச் சாமியார் உமக்கு எத்தனை நாட்பழக்கம்?" என்று கேட்டார்.

நான் பதில் சொல்லாமல் "சும்மா" இருந்துவிட்டேன். அப்பொழுது குள்ளச்சாமியார் சொல்லத் தொடங்கினார்.

அத்துடன் இந்தக் கதையே வெகு நீளம். அது சுருக்கிச் சொன்னாலும் இரண்டு பாகங்களுக்குள்ளே தான் சொல்ல முடியும். நாலைந்து பாகம் ஆனாலும் ஆகக்கூடும்.

அவ்வளவு நீண்ட கதையை இத்தனை காயிதப் பஞ்சமான காலத்தில் ஏன் சொல்லப் புறப்பட்டீர் என்றாலோ அது போகப் போக ஆச்சரியமான கதை. அற்புதமான கதை! இதைப்போல கதை நான் இதுவரை எழுதினது கிடையாது. நான் வேறு புஸ்தகங்களிலே படித்ததும் கிடையாது. நீங்கள் கேட்டால் ஆச்சர்யப்படுவீர்கள். எழுந்து கூ கூ கூ என்று கூவி ஆடிப்பாடிக் குதிக்கத் தொடங்குவீர்கள். நான் கேட்காத அற்புதத்தைக் கேட்டேன். காணத்தகாத அற்புதத்தைக் கண்டேன்.

ஆதலால் உலகத்திலே இதற்குமுன் எழுதப்பட்ட கதைகள் எல்லாவற்றிலும் அற்புதத்திலும் அற்புதமான கதையை உங்களுக்குச் சொல்லப் புறப்பட்டேன். ஆனால் இந்த வியாசம் நீண்டு போய்விட்டதே; அடுத்த பாகத்தில்தானே சொல்ல முடியும். நான் வாக்குத் தவற மாட்டேன். இரண்டாம் பாகம் சீக்கிரம் உங்களுக்குச் சொல்லுகிறேன். கொஞ்சம் பொறுமையுடன் இருங்கள்.

அப்போது குள்ளச்சாமியார் சொல்லுகிறார்; "கேள் தம்பி, நான் சும்மா இருக்கும் கட்சியைச் சேர்ந்தவன். நீ சொல்லியபடி சந்நியாசிகள் சும்மா இருந்ததினால் இந்தத் தேசம் கெட்டுப்போகவில்லை. அதர்மம் செய்ததினால் நாடு சீர் கெட்டது. சந்நியாசிகள் மாத்திரம் அதர்மம் செய்யவில்லை. இல்லறத்தார் அதர்மம் தொடங்கியது துறவறத்தாரையும் சூழ்ந்தது. உண்மையான யோகிகள் இன்னும் இந்தத் தேசத்தில் இருக்கிறார்கள். அவர்களாலே தான் இந்தத் தேசம் சர்வ நாசமடைந்து போகாமல் இன்னும் தப்பிப் பிழைத்திருக்கிறது.

இப்போது பூ மண்டலம் குலுங்கிப் பல ராஜ்யங்களும் சரிந்து கொண்டிருக்கையிலே ஹிந்து தேசம் ஊர்த்துவமுகமாக மேன்மை நிலையை நோக்கிச் செல்லுகிறது. தானும் பிழைத்தது. உலகத்தையும் உஜ்ஜீவிக்கும்படி செய்யலாம் என்ற தைரியம் ஹிந்து தேசத்தின் மனதில் உண்டாயிருக்கிறது.

இதற்கு முன் இப்படி எத்தனையோ பிரளயங்களில் இருந்து தப்பிற்று. சில தினங்களுக்கு முன்பு ஜகதீச சந்திரவஸ¤ கல்கத்தாவில் தம்முடைய நவீன சாஸ்திராலயத்தை பிரதிஷ்டை செய்யும்போது என்ன சொன்னார்-வாசித்துப் பார்த்தாயா? "பாபிலோனிலும், நீல நதிக் கரையிலும் இருந்த நாகரீகங்கள் செத்து மறுஜன்ம மடைந்து விட்டன. ஹிந்துஸ்தானம் அன்று போலவே இன்றும் உயிரோடிருக்கிறது, ஏனென்றால் எல்லா தர்மங்களிலும் பெரிய தர்மமாகிய ஆத்மபரித் தியாகம் இந்த தேசத்தில் சாகாதபடி இன்னும் சிலரால் அனுஷ்டிக்கப்பட்டு வருகிறது" என்று ஜகதீச சந்திர வஸ¤ சொன்னார்.

இங்ஙனம் குள்ளச் சாமியார் சொல்லி வருகையில் வேணு முதலியார் "சாமியாரே! உமக்கு இங்கிலீஷ் தெரியுமா? நீர் பத்திரிகை வேறே வாசிக்கிறீரா? ஜகதீச சந்திரவஸ¤ பேசிய விஷயம் உமக்கெப்படித் தெரிந்தது?" என்று கேட்டார். அப்போது குள்ளச்சாமியார் சொல்லுகிறார்: அநாவசியக் கேள்விகள் கேட்காதே. நான் சொல்வதைக் கவனி: ஹிந்து தேசத்தினுடைய ஜீவனை யுக யுகாந்தரங்களாக அழியாதபடி பாதுகாத்து வருவோர் அந்த யோகிகளே. கடூரமான கலியில் உலகம் தலை கீழாகக் கவிழ்ந்துபோகும் சமயத்தில் கூட ஹிந்துஸ்தானம் அழியாமல் தானும் பிழைத்து மற்றவர்களையும் காக்கக்கூடிய ஜீவசக்தி இந்நாட்டிற்கு இருப்பது அந்த யோகிகளின் தபோபலத்தாலன்றி வேறில்லை.

ஹா, ஹா, ஹா, ஹா! பலவிதமான லேகியங்களைத் தின்று தலைக்கு நூறு நூற்றறைம்பது பெண்டாட்டிகளை வைத்துக் கொண்டு தடுமாறி நாள் தவறாமல் ஒருவருக்கொருவர் நாய்களைப்போல அடித்துக் கொண்டு, இமயமலைக்கு வடபுறத்திலிருந்து அன்னியர் வந்தவுடனே எல்லாரும் ஈரச் சுவர் போலே இடிந்து விழுந்து ராஜ்யத்தை அன்னியர் வசமாகத் தந்த உங்கள் ராஜாக்களுடைய வலிமையினால் உங்கள் தேசம் பிழைத்திருக்கிறதென்று நினைக்கிறாயா? போது விடிந்தால் எவன் செத்துப் போவான், ஸபண்டீகரணம், பிராமணார்த்த போஜனங்கள் பண்ணலாம் என்று சுற்றிக் கொண்டு, வேத மந்திரங்களைப் பொருள் தெரியாமல் திரும்பத்திரும்பச் சொல்லிக் கொண்டிருந்த உங்கள் பிராமணர்களால் இந்த தேசம் சாகாத வரம் பெற்று வாழ்கிறதென்று நினைக்கிறாயா? உங்கள் வைசியருடைய லோபத் தன்மையால் இந்த நாடு அமரத் தன்மை கொண்டதா? சூத்திரருடைய

மௌட்டியத்தாலா? பஞ்சமருடைய நிலைமையாலா? எதால் ஹிந்துஸ்தானத்துக்கு அமரத் தன்மை கிடைத்ததென்று நீ நினைக்கிறாய்?

அடா, வேணு முதலி, கவனி. நீ யுத்தம் முடிந்த பிறகு அமெரிக்காவுக்கும், ஐரோப்பாவுக்கும் போய் ஹிந்து தர்மத்தை நிலை நாட்டப் போவதாகச் சொல்லுகிறாய். நீ ஹிந்து ஸ்தானத்து மகாயோகிகளின் மகிமை தெரியாமல் ஹிந்து மதத்தை யெப்படி நிலைநிறுத்தப் போகிறாய்,-அதை நினைக்கும்போதே எனக்கு நகைப்புண்டாகிறது.

அடா, வேணு முதலி, கேள்; ஹிந்துஸ்தானத்து மகா யோகிகளின் மகிமையால் இந்த தேசம் இன்னும் பிழைத்திருக்கிறது. இனி இந்த மண்ணுலகம் உள்வரை பிழைத்திருக்கவும் செய்யும். அடா வேணு முதலி, பார்! பார்! பார்!"

இங்ஙனம் குள்ளச் சாமி சொன்னவுடன் நானும் வேணு முதலியாரும் அவரை உற்றுப் பார்த்தோம்.

குள்ளச் சாமி நெடிய சாமி ஆய்விட்டார்.

நாலே முக்கால் அடிபோல் தோன்றிய குள்ளச் சாமியார் ஏழேமுக்கால் அடி உயரம் வளர்ந்துவிட்டார்.

ஒரு கண்ணைப் பார்த்தால் சூரியனைப் போல் இருந்தது. மற்றொரு கண்ணைப் பார்த்தால் சந்திரனைப்போல் இருந்தது. முகத்தின் வலப்புறம் பார்த்தால் சிவன்போல் இருந்தது. இடப்புறம் பார்த்தால் பார்வதியைப் போலவே இருந்தது. குனிந்தால் பிள்ளையார் போலிருந்தது. நிமிர்ந்து பார்க்கும்போது விஷ்ணுவின் முகத்தைப் போலவே தோன்றியது. அப்போது குள்ளச் சாமி சொல்லுகிறார்:

அடா, வேணு முதலி, கேள். நான் ஹிந்துஸ்தானத்து யோகிகளுக்கெல்லாம் தலைவன், நான் ரிஷிகளுட்குள்ளே முதலாவது ரிஷி. நான் தேவர்களுக்கெல்லாம் அதிபதி. நானே பிரம்மா, நானே விஷ்ணு, நானே சிவன், நான் ஹிந்துஸ்தானத்தை அழியாமல் காப்பாற்றுவேன். நான் இந்தப் பூமண்டலத்தில் தர்மத்தை நிலைநிறுத்துவேன்.

நான் கிருதயுகத்தை ஸ்தாபனம் செய்வேன். நானே பரமபுருஷன். இதற்குமுன் ஆசாரியர்கள் உங்களிடம் என்ன சொன்னார்கள்? எல்லா உயிரும் ஒன்று. ஆதலால் காக்கை, புழு முதலிய ஜந்துக்களிடம் குரூரமில்லாமல் கருணை பாராட்டுங்கள் என்றனர்.

அடா, வேணு முதலி, கவனி.

சைவாச்சாரியர் வைஷ்ணவத்தை விலக்கினர், வைஷ்ணாச்சாரியார் சைவத்தை விலக்கினர்.

நான் ஒன்று செய்வேன்.

காக்கையைக் கண்டால் இரக்கப்படாதே. 'கும்பிடு' கைகூப்பி நமஸ்காரம் பண்ணு. பூச்சியைக் கும்பிடு! மண்ணையும் காற்றையும் விழுந்து கும்பிடு! என்று நான் சொல்லுகிறேன்.

நான் வேதத்திலே முன் சொன்ன வாக்கை இப்போது அனுபவத்திலே செய்து காட்டப் போகிறேன். புராணங்களையெல்லாம் விழுங்கி ஒன்றாக நாட்டப் போகிறேன். ஹிந்து தர்மத்தைக் கூட்டப் போகிறேன்.

அடா, வேணு முதலி கேள், மண்ணும் காற்றும், சூரியனும் சந்திரனும், உன்னையும் என்னையும் சூழ்ந்து நிற்கும் உயிர்களும், நீயும் நானும் தெய்வ மென்றும் வேதம் சொல்லிற்று. இவைதான் தெய்வம். இதைத் தவிர வேறு தெய்வமில்லை. நம்முன்னே காண்பது நாராயணன். இதை நம்முள்ளே நாட்டி, இதை வணங்கி இதன் தொழுகைக் கனியில் மூழ்கி, அங்கு மானிடன் தன்னை முழுதும் மறந்து விடுக.

அப்போது தன்னிடத்து நாராயணன் நிற்பான். இந்த வழியை நான் தழுவியபடியால் மனுஷ்யத் தன்மை நீங்கி அமரத்தன்மை பெற்றேன். ஆதலால் நான் தேவனாய் விட்டேன். இவைதான் தெய்வம். இதைத் தவிர வேறு தெய்வமில்லை. தேவர்களுக்குள்ளே நான் அதிபதி. என் பெயர் விஷ்ணு: நானே சிவன் மகன் குமாரன். நானே கணபதி, நான் அல்லா, யேஹோவான். நானே பரிசுத்த ஆவி, நானே யேசு கிருஸ்து, நானே கந்தர்வன், நானே அசுரன், நான் புருஷோத்தம்மன், நானே ஸமஸ்த ஜீவராசிகளும்.

"நானே பஞ்ச பூதம்! அஹம்ஸத்! நான் கிருதயுகத்தை ஆக்ஞாபிக்கிறேன்! ஆதலால் கிருதயுகம் வருகிறது. எந்த ஜந்துவும், வேறு எந்த ஜந்துவையும் ஹிம்சை பண்ணாமலும் எல்லா ஜந்துக்களும் மற்றெல்லா ஜந்துக்களையும் தேவதா ரூபமாகக் கண்டு வணங்கும்படிக்கும் விதியுண்டானால் அதுதான் கிருதயுகம்-அதை நான் செய்வேன். அடா வேணு முதலி! நான் உன் முன்னே நிற்கிறேன், என்னை அறி" என்று குள்ளச் சாமி சொன்னார். நான் அத்தனைக்குள்ளே மூர்ச்சை போட்டு விழுந்து விட்டேன்.

சுமார் அரைமணி நேரத்துக்குப் பின்பு எனக்கு மறுபடி பிரக்கினை ஏற்பட்டது. அப்போது பார்க்கிறேன், வேணு முதலியார் என் பக்கத்தில் மூர்ச்சை போட்டுக் கிடக்கிறார். பிறகு அவருக்குச் சிகிக்சை செய்து நான் எழுப்பினேன்.

குள்ளச் சாமியார் எங்கேயென்று வேணு முதலியார் என் பத்தினியிடம் கேட்டார்.

அவள் சொன்னாள்: "குள்ளச்சாமி இப்படித்தான் கீழே இறங்கி வந்தார். கொஞ்சம் பாயசமும் ஒரு வாழைப்பழமும் கொடுத்தேன். வாங்கித் தின்றார். குழந்தைகளுக்கும் எனக்கும் விபூதி பூசி வாழ்த்தி விட்டுப் போனார். "நீங்கள் மெத்தையிலே என்ன பேசிக் கொண்டிருந்தீர்கள்?" என்று கேட்டேன். அதற்கு இரட்டைப் பாஷையென்றால் அர்த்தமென்ன? என்பதைப் பற்றி அந்த வேணு முதலி மடையன், தர்க்கம் பண்ணுகிறான் என்று சொல்லிச் சிரித்து விட்டுப் போனார்" என்று சொன்னாள்.

----

20. காற்று

மணல், மணல், மணல், பாலைவனம். பல யோஜனை தூரம் ஒரே மட்டமாமக நான்கு திசையிலும் மணல்.

மாலை நேரம்

அவ்வனத்தில் வழியே ஒட்டகங்களின் மீதேறி ஒரு வியாபாரக் கூட்டத்தார் போகிறார்கள்.

வாயு, சண்டனாகி வந்துவிட்டான்.

பாலை வனத்து மணல்களெல்லாம் இடை வானத்திலே சுழல்கின்றன. ஒரு க்ஷணம் யமவாதனை; வியாபாரக் கூட்டம் முழுதும் மணலிலே அழிந்து போகிறது.

வாயு கொடியவன். அவன் ருத்ரன், அவனுடைய ஓசை அச்சந்தருவது.

அவன் செயல்கள் கொடியன. அவனை வாழ்த்துகின்றோம்.

வீமனும் அனுமானும், காற்றின் மக்கள் என்று புராணங்கள் கூறும்.

உயிருடையனவெல்லாம் காற்றின் மக்களே என்பது வேதம்.

உயிர்தான் காற்று.

பூமித்தாய் உயிரோடிருக்கிறாள். அவளுடைய மூச்சுத்தான் பூமிக்காற்று.

காற்றே உயிர், உயிர்களை அழிப்பவனும் அவனே.

காற்றே உயிர். எனவே உயிர்கள் அழிவதில்லை. சிற்றுயிர் பேருயிரோடு சேர்கிறது.

மரணமில்லை.

அகிலவுலகமும் உயிர் நிலையே.

தோன்றுதல், வளர்தல், மாறுதல், மறைதல் எல்லாம் உயிர்ச் செயல்.

உயிரை வாழ்த்துகின்றோம்.

காற்றே, வா.

மகரந்தத் தூளைச் சுமந்து கொண்டு, மனதை மயக்கும் இனிய வாசனையுடன் வா.

இலைகளின் மீதும் நீர் நிலைகளின் மீதும் உராய்ந்து மிகுந்த ப்ராண-ரஸத்தை எங்களுக்குக் கொண்டு வந்து கொடு.

காற்றே வா.

எமது உயிர் நெருப்பு நீடித்து நின்று நல்ல ஒளிதரும் வண்ணம், நன்றாக வீசு.

சக்தி குறைந்துபோய் அதனை அவித்து விடாதே.

பேய் போல வீசி அதை மடித்து விடாதே.

மெதுவாக, நல்ல லயத்துடன் நெடுங்காலம் நின்று வீசுக்கொண்டிரு.

உனக்குப் பாட்டுக்கள் பாடுகிறோம்.

உன்னை வாழ்த்துகிறோம்.

சிற்றெறும்பைப் பார். எத்தனை சிறியது! அதற்குள்ளே கை, கால், வாய், வயிறு எல்லா அவயவங்களும் கணக்காக வைத்திருக்கிறது.

யார் வைத்தனர்? மஹாசக்தி.

அந்த உறுப்புக்களெல்லாம் நேராகவே தொழில் செய்கின்றன.

எறும்பு உண்ணுகிறது. உறங்குகிறது. மணம் புரிகின்றது. குழந்தை பெறுகிறது, ஓடுகிறது. தேடுகிறது. போர் செய்கிறது. நாடு காக்கிறது.

இதற்கெல்லாம் காற்றுதான் ஆதாரம்.

மகாசக்தி காற்றைக் கொண்டுதான் உயிர் விளையாட்டு விளையாடுகிறாள்.

காற்றைப் பாடுகிறோம்.

அஃதே அறிவிலே துணிவாக நிற்பது.

உள்ளத்திலே சலனமாவது.

உயிரில் உயிர், உடம்பில் வலிமை.

வெளியுலகத்தில் அதன் செய்கையை அறியாதார் யார்? அறிவார் யார்? காற்றுத் தேவன் வாழ்க.

மழைக்காலம், மாலைநேரம், குளிர்ந்த காற்று வருகிறது.

நோயாளி உடம்பை மூடிக் கொள்ளுகிறான், பயனில்லை.

காற்றுக்கு அஞ்சி உலகத்திலே இன்பத்துடன் வாழ முடியாது.

உயிர் காற்றின் அதற்கஞ்சி வாழ்வதுண்டோ? காற்று நம் மீது வீசுக.

அது நம்மை நோயின்றிக் காத்திடுக.

மாலைக்காற்று நல்லது. கடற்காற்று மருந்து. ஊர்க்காற்றை மனிதர் பகைவனாக்கி விடுகின்றனர்.

அவர்கள் காற்றுத் தெய்வத்தை நேரே வழி படுவதில்லை.

அதனால், காற்றுத் தேவன் சினமெய்தி அவர்களை அழிக்கின்றான்.

காற்றுத் தேவனை வணங்குவோம்.

அவன் வரும் வழியிலே சேறு தங்கலாகாது. நாற்றம் இருக்கலாகாது அழுகின பண்டங்கள் போடலாகாது. புழுதி படித்திருக்கலாகாது.

எவ்விதமான அசுத்தமும் கூடாது.

காற்று வருகிறான்.

அவன் வரும் வழியை நன்றாகத் துடைத்து நல்ல நீர் தெளித்து வைத்திடுவோம்.

அவன் வரும் வழியிலே சோலைகளும் பூந்தோட்டங்களும் செய்து வைப்போம்.

அவன் வழியிலே கற்பூரம் முதலிய நறும் பொருள்களைக் கொளுத்தி வைப்போம்.

அவன் நல்ல மருந்தாகி வருக.

அவன் நமக்கு உயிராகி வருக.

அமுதமாகி வருக.

காற்றை வழிபடுகின்றோம்.

அவன் சக்தி குமாரன்.

மஹாராணியின் மைந்தன்.

அவனுக்கு நல்வரவு கூறுகின்றோம்.

அவன் வாழ்க.

II

ஒரு வீட்டு மாடியிலே ஒரு பந்தல், ஓலைப் பந்தல், தென்னோலை; குறுக்கும் நெடுக்குமாக ஏழெட்டு மூங்கில் கழிகளை சாதாரணக் கயிற்றினால் கட்டி, மேலே தென்னோலைகளை விரித்திருக்கிறது.

ஒரு மூங்கிற் கழியிலே கொஞ்சம் மிச்சக் கயிறு தொங்குகிறது, ஒரு சாண் கயிறு.

இந்தக் கயிறு ஒருநாள் சுகமாக ஊசலாடிக் கொண்டிருந்தது. பார்த்தால் துளிகூடக் கவலை இருப்பதாகத் தெரியவில்லை.

சில சமயங்களில் அசையால் "உம்" மென்றிருக்கும். கூப்பிட்டால்கூட ஏனென்று கேட்காது.

இன்று அப்படியில்லை. "குஷால்" வழியிலிருந்தது. எனக்கும் இந்தக் கயிற்றுக்கும் சிநேகம். நாங்கள் அடிக்கடி வார்த்தை சொல்லிக் கொள்வதுண்டு.

"கயிற்றினிடத்தில் பேசினால் அது மறுமொழி சொல்லுமா?"

பேசிப் பார், மறுமொழி கிடைக்கிறதா இல்லையா என்பதை.

ஆனால் அது சந்தோஷமாக இருக்கும் சமயம் பார்த்து வார்த்தை சொல்ல வேண்டும். இல்லாவிட்டால் முகத்தைத் தூக்கிக் கொண்டு சும்மா இருந்து விடும்; பெண்களைப் போல.

எது எப்படி இருந்தாலும் இந்த வீட்டுக் கயிறு பேசும். அதில் சந்தேகமேயில்லை.

ஒரு கயிறா சொன்னேன்? இரண்டு கயிறுண்டு.

ஒன்று ஒரு சாண். மற்றொன்று முக்கால் சாண்.

ஒன்று ஆண், மற்றொன்று பெண், கணவனும், மனைவியும்.

அவை யிரண்டும் ஒன்றை யொன்று மோகப் பார்வைகள் பார்த்துக் கொண்டும், புன்சிரிப்புச் சிரித்துக் கொண்டும் வேடிக்கைப் பேச்சுப் பேசிக் கொண்டும் ரசப் போக்கிலே இருந்தன.

அத்தருணத்திலே நான் போய்ச் சேர்ந்தேன். ஆண் கயிற்றுக்குக் கந்தன் எனப் பெயர். பெண் கயிற்றுக்குப் பெயர் "வள்ளியம்மை".

கந்தன் வள்ளியம்மை மீது கையைப் போட வருகிறது. வள்ளியம்மை சிறிது பின் வாங்குகிறது. அந்த சந்தர்ப்பத்திலே நான் போய்ச் சேர்ந்தேன்.

"என்ன கந்தா, சௌக்கியந்தானா? ஒரு வேளை நான் சந்தர்ப்பம் தவறி வந்துட்டேனோ என்னவோ? போய் மற்றொருமுறை வரலாமா?" என்று கேட்டேன்.

அதற்குக் கந்தன்: "அட போடா, வைதிக மனுஷன்! உன் முன்னே கூட லஜ்ஜையா? என்னடி வள்ளி, நமது சல்லாபத்தை ஐயர் பார்த்ததிலே உனக்குக் கோபமா?" என்றது.

"சரி, சரி, என்னிடம் ஒன்றும் கேட்க வேண்டாம்" என்றது வள்ளியம்மை.

அதற்குக் கந்தன் கடகடவென்று சிரித்து, கை தட்டிக் குதித்து நான் பக்கத்திலிருக்கும்போதே வள்ளியம்மையைக் கட்டிக் கொண்டது.

வள்ளியம்மை கீச்சுக் கீச்சென்று கத்தலாயிற்று. ஆனால் மனதுக்குள்ளே வள்ளியம்மைக்குச் சந்தோஷம். நாம் சுகப்படுவதைப் பிறர் பார்ப்பதிலே நமக்குச் சந்தோஷந்தானே?

இந்த வேடிக்கை பார்ப்பதிலே எனக்கு மிகவும் திருப்திதான். உள்ளதைச் சொல்லி விடுவதிலே என்ன குற்றம்? இளமையின் சல்லாபம் கண்ணுக்குப் பெரியதோர் இன்பமன்றோ?

வள்ளியம்மை அதிகக் கூச்சலிடவே, கந்தன் அதை விட்டு விட்டது.

சில க்ஷணங்களுக்குப் பின் மறுபடி போய்த் தழுவிக் கொண்டது.

மறுபடியும் கூச்சல்; மறுபடியும் விடுதல், மறுபடியும் தழுவல், மறுபடியும் கூச்சல், இப்படியாக நடந்து கொண்டே வந்தது.

"என்ன கந்தா, வந்தவனிடத்தில் ஒரு வார்த்தை கூடச் சொல்லமாட்டேனென்கிறாயே? வேறொரு சமயம் வருகிறேன். போகட்டுமா?" என்றேன்.

"அடபோடா! வைதீகம்! வேடிக்கைதானே பார்த்துக் கொண்டிருக்கிறாய்: இன்னும் சிறிதுநேரம் நின்று கொண்டிரு. இவளிடம் சில விவகாரங்கள் தீர்க்க வேண்டியிருக்கிறது. தீர்ந்தவுடன் நீயும் நானும் சில விஷயங்கள் பேசலாம் என்றிருக்கிறேன். போய்விடாதே இரு" என்றது.

நின்று மேன்மேலும் பார்த்துக் கொண்டிருந்தேன்.

சிறிது நேரம் கழிந்தவுடன் பெண்ணும் இன்ப மயக்கத்திலே நான் நின்றதை மறந்து நாணத்தை விட்டுவிட்டது.

உடனே பாட்டு, நேர்த்தியான துக்கடாக்கள். ஒரு வரிக்கு ஒரு வர்ண மெட்டு, இரண்டே 'சங்கதி' பின்பு மற்றொரு பாட்டு.

கந்தன் பாடி முடிந்தவுடன் வள்ளி, இது முடிந்தவுடன் அது, மாறி, மாறிப் பாடி-கோலாகலம்.

சற்றுநேரம் ஒன்றையொன்று தொடாமல் விலகி நின்று பாடிக் கொண்டே யிருக்கும். அப்போது வள்ளியம்மை தானாகவே போய்க் கந்தனைத் தீண்டும். அது தழுவிக் கொள்ள வரும். இது ஓடும்-கோலாகலம்!

இங்ஙனம் நெடும் பொழுது சென்ற பின் வள்ளியம்மைக்குக் களியேறி விட்டது.

நான் பக்கத்து வீட்டிலே தாகத்துக்கு ஜலம் குடித்துவிட்டு வரப் போனேன். நான் போவதை அவ்விரண்டு கயிறுகளும் கவனிக்கவில்லை.

நான் திரும்பி வந்து பார்க்கும்போது வள்ளியம்மை தூங்கிக் கொண்டிருந்தது. கந்தன் என் வரவை எதிர்நோக்கியிருந்தது. என்னைக் கண்டவுடன், "எங்கடா போயிருந்தாய்? வைதீகம்! சொல்லிக் கொள்ளாமல் போய் விட்டாயே" என்றது.

"அம்மா நல்ல நித்திரை போலிருக்கிறதே?" என்று கேட்டேன்.

ஆஹா! அந்த க்ஷணத்திலே கயிற்றிலிருந்து வெடித்து வெளிப்பட்டு என் முன்னே நின்ற தேவனுடைய மகிமையை என்னென்று சொல்வேன்! காற்றுத் தேவன் தோன்றினான். அவன் உடல் விம்மி விசாலமாக இருக்குமென்று நினைத்திருந்தேன்.

வயிர ஊசிபோல ஒளிவடிவமாக இருந்தது.

"நமஸ்தே வாயோ, த்வமேவப்ரத்யக்ஷம் ப்ரஹ்மாஸி"

காற்றே போற்றி. நீயே கண்கண்ட பிரமம்.

அவன் தோன்றிய பொழுதிலே வான முழுதும் பிராண சக்தி நிரம்பிக் கனல் வீசிக் கொண்டிருந்தது. ஆயிர முறை அஞ்சலி செய்து வணங்கினேன்.

காற்றுத் தேவன் சொல்வதாயினன்: "மகனே, ஏதடா கேட்டாய்? அந்தச் சிறிய கயிறு உறங்குகிறதா என்று கேட்கிறாயா? இல்லை, அது செத்துப்போய் விட்டது. நான் பிராண சக்தி. என்னுடன் உறவு கொண்ட உடல் இயங்கும். என் உறவில்லாதது சவம். நான் பிராணன். என்னாலே தான் அச்சிறு கயிறு உயிர்த்திருந்து சுகம் பெற்றது. சிறிது களைப்பெய்தியவுடனே அதை உறங்க-இறக்க-விட்டு விடுவேன். துயிலும் சாவுதான். சாவும் துயிலே. நான் விளங்குமிடத்தே அவ்விரண்டும் இல்லை. மாலையில் வந்து ஊதுவேன். அது மறுபடி பிழைத்து விடும். நான் விழிக்கச் செய்கிறேன். அசையச் செய்கிறேன். நான் சக்தி குமாரன் என்னை வணங்கி வாழ்க" என்றான்.

"நமஸ்தே வாயோ த்வமேவ ப்ரத்யக்ஷம் ப்ரஹ்மாஸி; த்வ மேவ ப்ரத்யக்ஷம் ப்ரஹ்ம வதிஷ்யாமி"

21. வண்ணான் தொழில்

வேதபுரத்தில் குள்ளச்சாமி என்றொரு பரதேசியிருக்கிறார். அவருக்கு வயது ஐம்பதோ, அறுபதோ, எழுபதோ, எண்பதோ யாருக்கும் தெரியாது. அவருடைய உயரம் நாலரை அடியிருக்கும். கரு நிறம். குண்டு சட்டியைப் போல் முகம். உடம்பெல்லாம் வயிரக்கட்டை போலே. நல்ல உறுதியான பேர்வழி.

அவருக்கு வியாதியென்பதே கிடையாது. சென்ற பத்து வருஷங்களில் ஒரே தடவை அவர் மேலே கொஞ்சம் சொறி சிரங்கு வந்தது. பத்து நாளிருந்து நீங்கிவிட்டது. அந்த மனிதர் ஜடபரதருடைய நிலைமையிலே யிருப்பதாகச் சொல்லலாம். பேசினால் பயித்தியக்காரன் பேசுவது போலிருக்கும். இழுத்திழுத்து, திக்கித் திக்கி, முன்பின் சம்பந்தமில்லாமல் விழுங்கி விழுங்கிப் பேசுவார். தெருவிலே படுத்துக் கிடப்பார். பசித்தபோது எங்கேனும் போய்ப் பிச்சை வாங்கிச் சாப்பிடுவார். கள் குடிப்பார். கஞ்சாத் தின்பார். மண்ணிலே புரளுவார். நாய்களுடன் சண்டை போடுவார்.

வீதியிலே பெண் பிள்ளைகளுக்கெல்லாம் அவரைக் கண்டால் இரக்கமுண்டாகும். திடீரென்று ஒரு வீட்டுக்குள் நுழைந்து, அந்த வீட்டிலிருக்கும் குழந்தைகள் நெற்றியிலே திருநீற்றைப் பூசி விட்டு ஓடிப் போவார். யாராவது திட்டினாலும், அடித்தாலும் பொறுத்துக்கொண்டு உடனே அவ்விடத்தை விட்டு ஓடிப்போய் விடுவார்.

சாமானிய ஜனங்கள் அவருக்கு நூறு வயதுக்கு மேலே ஆகிவிட்டதென்றும், நெடுங் காலமாக, இப்போதிருப்பது போலவே, நாற்பதைம்பது வயது போலேதான் இருக்கிறாரென்றும் சொல்லுகிறார்கள். ஆனால் இந்த வார்த்தை எவ்வளவு தூரம் நிச்சயமென்பதை நிர்ணயிக்க இடமில்லை.

அவர் கையால் விபூதி வாங்கிப் பூசிக் கொண்டால் நோய் தீர்ந்து விடுமென்ற நம்பிக்கையும் பலர் கொண்டிருக்கிறார்கள்.

மேற்படி குள்ளச் சாமியார் ஒரு நாள் தாம் வீதியில் நடந்து வரும்போது, முதுகின் மேலே கிழிந்த பழங் கந்தைகளையெல்லாம் ஒரு பெரிய அழுக்கு மூட்டை கட்டிச் சுமந்து கொண்டு வந்தார். இந்தச் சாமியாரைக் கண்டால் நான் கும்பிடுவது வழக்கம். அப்படியே கும்பிட்டேன். ஈயென்று பல்லைக் காட்டிப் பேதைச் சிரிப்புச் சிரித்தார். கண்ணைப் பார்த்தால் குறும்பு கூத்தாடுகிறது.

"ஏ சாமி, உனக்கென்ன பயித்தியமா? கந்தைகளைக் கட்டி ஏன் முதுகிலே சுமக்கிறாய்?' என்று கேட்டேன்.

"நீ நெஞ்சுக்குள்ளே சுமக்கிறாய், நான் முதுகின் மேலே சுமக்கிறேன்" என்று சொல்லி ஓடிப்போய் விட்டார். உடனே நான் பொருள் தெரிந்து கொண்டேன். அஞ்ஞானப் பழங் குப்பைகளையும், பழங் கவலைகளையும், பழந் துன்பங்களையும், பழஞ் சிறுமைகளையும் மனதில் வீணாய்ச் சுமந்து திரியும் சாமான்ய மனிதனுடைய அறிவீனத்தை விளக்கும் பொருட்டு மேற்படி சாமியார் இந்த திருஷ்டாந்தத்தைச் சொன்னாரென்று தெரிந்து கொண்டேன்.

பின்னொரு நாள் அவரிடம் பரிகாசமாக நான் "சாமி" இப்படிப் பிச்சை வாங்கித் தண்டச்சோறு தின்று கொண்டு ஜீவனம் பண்ணுகிறாயே, ஏதேனும் தொழில் செய்து பிழைக்கக் கூடாதா?" என்று கேட்டேன். அந்தப் பரதேசி சொல்லுகிறார். "தம்பி, நானும் தொழில் செய்துதான் பிழைக்கிறேன். எனக்கு வண்ணான் வேலை. ஐம்புலன்களாகிய கழுதைகளை, மேய்க்கிறேன், அந்தக்கரணமான துணி மூட்டைகளை வெளுக்கிறேன்" என்றார்.

ஆம். பரிசுத்தப்படுத்துகிறவனே ஆசாரியன். அவனுடைய சொல்லை மற்றவர் ஆதரிக்க வேண்டும். மேலே சாமியாருடைய புற நடைகள் குடும்பம் நடத்தும் கிருஹஸ்தர்களுக்குத் தகுதியல்ல. ஆனால் அவருடைய உள்ள நடையை உலகத்தார் பின்பற்றவேண்டும். ஐம்புலன்களாகிய கழுதைகளை மீறிச் செல்லாதபடி கட்டுப்படுத்தி ஆள வேண்டும். உள்ளத்தை மாசில்லாதபடி சுத்தமாகச் செய்து கொள்ளவேண்டும்.

அழுக்குத் தீர்க்கும் தொழில் செய்வோர் நமது தேசத்தில் மாகாணத்துக்கு லக்ஷம் பேர் வேண்டும். ஹிந்துக்கள் தற்காலத்தில் குப்பைக்குள் முழுகிப் போய்க் கிடக்கிறார்கள். வீட்டையும் தெருவையும் சுத்தமாக வைத்துக் கொள்ளவில்லை. ஜலதாரைகளை ஒழுங்கு படுத்தவில்லை. கிணறுகளையும், குளங்களையும், சுனைகளையும் சுத்தமாக வைத்துக் கொள்ளவில்லை. கோயிற் குளங்களில் ஜலம் புழுத்து நெளிகிறது. நாற்றம் குடலைப் பிடுங்குகிறது.

மனுஷ்யாபிவிருத்தியாவது யாது?

புழுதியை நீக்கித் தரையைச் சுத்த மாக்குதல், அழுக்குப் போகத் துணியையும், நாற்ற மில்லாதபடி குளத்தையும், பொதுவாக எல்லா விஷயங்களையும் சுத்தமாக்கி வைத்துக் கொள்ளுதல்.

நான் மேற்படி சாமியாரிடம், "சாமியாரே, ஞானநெறியிலே செல்ல விரும்புவோன் முக்கியமாக எதை ஆரம்பத் தொழிலாகக் கொள்ள வேண்டும்?" என்று கேட்டேன்.
குள்ளச்சாமி சொல்லுகிறார்:

"முதலாவது, நாக்கை வெளுக்கவேண்டும். பொய் சொல்லக்கூடாது, புறஞ்சொல்லக் கூடாது, முகஸ்துதி கூடாது, தற்புகழ்ச்சி கூடாது, வருந்தச் சொல்லலாகாது, பயந்து பேசக் கூடாது. இதுதான் வண்ணான் தொழில் ஆரம்பம். பிறகு அந்தக்கரணத்தை வெளுத்தல் சுலபம். சில இடங்களில் பொய் சொல்லி தீரும்படியாக இருந்தால் அப்போது மௌனத்தைக் கொள்ளவேண்டும். மௌனம் சர்வார்த்த சாதகம். அதை விட்டுப் பேசும்படி நேர்ந்தால் உண்மையே சொல்ல வேண்டும். உண்மை விரதம் தவறக்கூடாது. தவற வேண்டிய அவசியமில்லை. உண்மை கூறினால் தீங்கு நேரிடுமென்று நினைப்போர் தெய்வம் உண்மை யென்பதை அறிய மாட்டார்கள். தெய்வம் உண்மை. அதன் இஷ்டப்படி உலகம் நடக்கிறது. ஆதலால் பயப்படுகிறவன் மூடசிகாமணி. அந்தக்கரணத்தை வெளுத்தலாவது அதிலுள்ள பயத்தை நீக்குதல். அந்தக்கரணத்தைச் சுத்தி செய்துவிட்டால் விடுதலையுண்டாகும்" என்றார்.

பின்னுமொரு சமயம் மேற்படி குள்ளச்சாமி என்னிடம் வந்து, "தம்பி, நீ இலக்கணக்காரனாச்சுதே! 'வண்ணான்' என்ற வார்த்தையை உடைத்துப் பொருள் சொல்லுவாயா?" என்று கேட்டார்.

நான் நகைத்து, "சாமி, உடைக்கிற இலக்கணம் எனக்குத் தெரியாது" என்றேன். அப்போது குள்ளச்சாமி சொல்லுகிறார்: "வண்-ஆன் வண்ணான். ஆன் என்பது ரிஷபம். வள்ளலாகிய ரிஷபம் நந்திகேசுரர். அவருடைய தொழில் சுத்த ஞானமூர்த்தியாகிய சிவனைச் சுமந்து கொண்டிருத்தல். தமிழ் நாட்டில் ஞானாசாரியர்களுக்கு ஆதிமூர்த்தியும் வள்ளலுமாகி நிற்கும் இந்த நந்தி பகவானுடைய தொழிலாகிய ஆசாரியத் தொழிலையே நான் வண்ணான் தொழிலென்று சொல்லுகிறேன். எனக்கு வண்ணான் தொழில்" என்று மேற்படி குள்ளச்சாமி சொன்னார்.

----

22. கலியுக கடோற்கசன்

வேதபுரத்தில் கலியுக கடோற்கசன் என்பதாக ஒருவன் கிளம்பி யிருக்கிறான். பழைய துவாபர யுகத்துக் கடோற்கசனுடைய சரித்திரம் எல்லாருக்கும் தெரியும். அரக்கு மாளிகையிலிருந்து பாண்டவர் தப்பி ஓடும்போது இடும்ப வனத்தில் தங்கினார்கள். அங்கிருந்த இடும்பாசுரன் என்ற ராட்சசன் அவர்களைப் பிடித்துத் தின்ன வந்தான். அந்த இடும்பனை வீமன் கொன்று விட்டான். பிறகு அவன் தங்கையாகிய இடும்பி என்ற ராட்சசி வீமன் மேல் காதல் கொண்டு தன்னை மணந்து கொள்ளச் சொல்லி வற்புறுத்தினாள். யமற்ற சகோதரர் நால்வரும் பிரமசாரிகளாய் இருக்கையில் தான் முதலாவது ஒரு ராட்சசியைப் போய்க் கலியாணம் பண்ணிக் கொள்வதில் வீமனுக்குச் சம்மதமில்லை. இடுப்பி குந்தியிடம் போய் முறையிட்டழுதாள்.

குந்தி வீமனை நோக்கி: "மகனே, ஒரு பெண் வந்து காதல் கூறுமிடத்து அவளை மறுப்பது க்ஷத்திரிய தர்மமில்லை. ஆண் மக்கள் அங்ஙனம் செய்யலாகாது. ஆதலால், நீ இந்த ராட்சசியைக் கல்யாணம் பண்ணிக் கொள்க" என்று கட்டளையிட்டான். தாய் சொல்லுக்கிணங்கி வீமன் இடும்பியைக் கல்யாணம் பண்ணிக் கொண்டான். இவ்விருவருக்கும் பிறந்த பிள்ளையே துவாபரயுக கடோற்கசன். இவன் வீமனுக்குச் சமமான பலமும் பராக்கிரமும் உடையவனென்னு வேதவியாசர் தெரிவிக்கிறார்.

இது நிற்க.

நமது கலியுக கடோற்கசனைக் கவனிப்போம். இவன் வேதபுரத்தில் ஒரு சரொயக் கடையிலே பணவசூல் குமஸ்தாவாக இருக்கும் ராமசாமி நாயக்கர் என்பவருடைய மகன். இவனுக்கு இப்போது வயது சுமார் இருபது இருக்கலாம். சாராயக் கடையில் பிராந்தி, விஸ்கி, ஜின் முதலிய ஐரோப்பியச் சாராயங்கள் விற்கிறார்கள். வேதபுரத்தில் குடி மும்முரம். ஆனபடியால் மேற்படி கடைக்குப் பற்று வரவு ஜாஸ்தி. அங்குப் பண வசூல்காரனாகிய ராமசாமி நாயக்கருக்கு மாதம் எட்டு ரூபாய் சம்பளம். தெலுங்கு பேசும் நாயக்கர். நல்ல க்ஷத்திரிய வம்சம். தெலுங்கு ராஜ்யம் போன பிறகு கெட்டுப் போய்த் தாழ்ந்த நிலைமைக்கு வந்திருக்கும் நாயுடு கூட்டத்தைச் சேர்ந்தவர்.

மேற்படி ராமசாமி நாயக்கர் மகனுக்குத் தாய் தந்தையர் வைத்த பெயர் கோவிந்தராஜுலு. அவன் தானாக வைத்துக் கொண்ட பெயர் கலியுக கடோற்கசன்.

அவன் உயரம் ஐந்தேகால் அடியிருக்கலாம். குண்டுருளை போலே வயிரமான உடம்பு. இவன் மேலே மோட்டார் வண்டி ஒட்டலாம். மாட்டு வண்டி விடலாம்.

இவன் தலை ரோமத்தில் முந்நூறு ராத்தல் கல் தொங்க விடலாம். இவன் தலையிலே நாற்பது பேரடங்கிய பெரிய தொட்டிலை நிறுத்தி வைக்கலாம். இவன் இரண்டு விரல்களைக் கொண டு மகா பாரதப் புஸ்தகத்தைக் கிழித்துப் போடுவான்; இவன் பல்லினால் கல்லைப் பேர்த்துப் போடுவான். இவன் நகத்தால் கதவைப் பிளப்பான்.

வயது இருபதுக்குமேல் ஆகவுமில்லை. நேற்றுக் காலையில் இந்தப் பையன் என்னைப் பார்க்கும் பொருட்டாக வந்திருந்தான். முதலாவது, தன்னுடைய தொழில்களை எல்லாம் என் வீட்டில் செய்து காட்டினான். நான் மிகவும் ஆச்சரியப்பட்டேன்.

பிறகு இவனுடைய புத்தி எந்த நிலைமையில் இருக்கிறதென்பதைப் பரிசோதனை செய்யும் பொருட்டாக அவனுடன் சிறிது நேரம் சம்பாஷணை செய்து பார்த்தேன். அவன் கையில் ஒரு குறிப்புப் புஸ்தகம் (பாக்கெட் நோட்புக்) வைத்துக் கொண்டிருந்தான். அதைப் பார்த்தால் சின்ன பைபிளோ அல்லது டைரி (தினசரி)யோ என்று ஐயப்படும்படியாக இருந்தது. "கையில் என்ன; டைரி புஸ்தகமா?" என்று கேட்டேன். அந்தப் பையன் ஹி என்று பல்லைக் காட்டிக் கொண்டு, "இல்லெங்க; மந்திரவாதப் புஸ்தகம்" என்றான்.

"நான் வாசிக்கலாமா?" என்று கேட்டேன். "வாசிக்கலாம்" என்று சொல்லி அந்தப் புஸ்தகத்தை என் கையில் கொடுத்தான். அது அச்சிட்ட புஸ்தகமன்று, அவன் கையால் எழுதியது.

"பல ஊர்களில் சஞ்சாரம் பண்ணினேன். பல சாதுக்களிடம் கேட்ட மந்திரங்களையெல்லாம் இதில் எழுதி வைத்திருக்கிறேன். நான் அவர்களுக்கு (அந்த சாதுக்களுக்குப்) பத்திரம் தயார் பண்ணிக் கொடுப்பேன்" என்று கலியுக கடோற்கசன் சொன்னான். "பத்திரமா? அதென்ன?" என்று கேட்டேன்.

அவன் சொல்லுகிறான்: "அதைப் பாமர ஜனங்கள் கஞ்சா இலை என்றும் சொல்லுவார்கள்; சாதுக்களுக்கு மனதை ஒரு நிலையில் நிறுத்திப் பிரமத்திலே கொண்டு சேர்க்க அது உபயோகமுங்க. மைசூரில் நான் போன மாசம் போயிருந்தேனுங்க. அங்கே பெரிய சாமியாருங்க, அவர் தான் எனக்கு ஆஞ்சநேயர் மந்திரம் கற்றுக் கொடுத்தாருங்க. அவர் ஒரு நாளைக்கு ஒன்றரை ரூபாய் கஞ்சா வாங்கிப் புகை குடிப்பாருங்க. அவர் மனதை உள்ளே கொண்டு நிறுத்தினால் பிறகு அதை வெளியே இழுப்பது கஷ்டங்க" என்றான்:

இவன் இப்படிச் சொல்லிக் கொண்டிருக்கையில் எனக்கு அந்தப் புஸ்தகத்தைப் பார்க்க வேண்டும் என்ற அவா அதிகப்பட்டது. புஸ்தகத்தைக் கையிலெடுத்துத் திறந்தபோது அதிலிருந்து பொலபொலவென்று இருபது முப்பது துண்டுக்

காயிதங்கள் உதிர்ந்தன. எனக்கு ஆராய்ச்சியிலே பிரியம் அதிகமானபடியால் முதலாவது அந்தத் துண்டுக் காயிதங்களைப் ரிசோதனை செய்து பார்த்துவிட்டுப் பிறகு புஸ்தகத்துக்குள்ளே நுழைவோம் என்று யோசித்து அந்தக் காயிதங்களைப் பார்த்தேன். அவற்றின் விவரம் பின்வருமாறு:

முதலாவது: 'ஹோம்ரூல் ஸ்டாம்ப்' மூன்று இருந்தது.

அதில் ஒவ்வொரு ஸ்டாம்புக்கு நடுவிலும் அனிபெஸன்ட் அம்மாள் தலை போட்டிருக்கிறது. சுற்றி "தெய்வத்துக்காவும் தேசத்துக்காகவும், ராஜாவுக்காகவும், சிறைபட்டவர்" என்றெழுதியிருந்தது. அதைச் சூழ நான்கு புறத்திலும் இங்கிலீஷ், தெலுங்கு, உருது, நாகரி, கன்னட லிபிகளில் "ஹோம் ரூல்" என்றெழுதியிருந்தது.

இரண்டாவது: ஒரு சின்ன டிக்கட் அதில் இங்கிலீஷ் பாஷையில் "மிஸ்.தாரா; இந்தியன் லேடி ஸாண்டோ" என்று ஒரு புறத்திலும், வெளிச்சீட்டு (ஔட் பாட்ஸ) என்று மற்றொரு புறத்திலும், போட்டிருந்தது.

மூன்றாவது: ஒரு லேசான காயிதத்தைப் போன்ற செப்புத் தகடு. அதில் ஏதோ சக்கரம் செதுக்கும் பொருட்டு வைத்துக் கொண்டிருப்பதாகக் கடோற்கசன் சொன்னான்.

நாலாவது: ராமமூர்த்தி சர்க்கஸ் ஆட்ட ஜாப்தா.

ஐந்தாவது: ஒரு கிறிஸ்தவப் பையனுடைய நேர்த்தியான புகைப்படம். அவன் யாரென்று கேட்டதற்குத் தன்னுடைய சிநேகிதனென்னும் இரும்பாலையில் வேலை பார்க்கிறானென்னும் தன்னைப் போலவே குஸ்தி வகையறாத் தொழில்களில் பழக்கமடையவனென்னும், அவனுக்குக் கலியுக கும்பகர்ணன் என்று பெயர் வைக்கலாமென்றும் கடோற்கசன் சொன்னான்.

ஆறாவது: மறுபடியும் ஒரு டிக்கட், அதில் இங்கிலீஷில்"எடிஸன் கினேமாடோக்ராப் கம்பெனி, ஒரு ஆளை உள்ளே விடு" என்றெழுதியிருந்தது.

ஏழாவது: ஸிகரட் பெட்டியிலிருந்தெடுத்த துர்க்கை படம். அதில் தேவி மகிஷாசுரனைக் கொல்லுகிறாள். பக்கத்தில் விநாயகருடைய தலை மாத்திரம் தெரிகிறது. உடம்பெல்லாம் மறைந்திருக்கிறது. சின்ன சுப்ரமணியன் ஒன்றிருக்கிறது. அம்மனுக்குப் பதினாறு கைகள் போடுவதற்குப் பதிலாக எட்டு கை போட்டிருந்தது.

எட்டாவது: இரண்டு சிங்களுடன் ஒரு மனிதன் சண்டை போடுவது போல ஒரு படம். பத்திரிகையிலிருந்து கத்தரித்தது.

ஒன்பதாவது: யேசுகிறிஸ்து, மாட்டுக் கொட்டகையில் பிறந்து வைக்கோல் மேலே போட்டுக் கிடப்பதாகக் குழந்தையுருவங் காட்டிய படம்.

பத்தாவது: சாதாரண வருஷத்து மார்கழி மாதம் 18-ஆம் தேதி முதல் விரோதி கிருது வருஷத்து சித்திரை மாதம் 16-ம் தேதி வரையில், ஏகாதசி, ஷஷ்டி, பிரதோஷம், கரிநாள், யமகண்டம், ராகுகாலம், குளிகை காலம், வாரசூலை இவற்றின் அட்டவணை.

பதினோராவது: இனி மேன்மேலும் அடுக்கிக்கொண்டு போனால் படிப்பவர்களுக்குப் பொறுமையில்லாது போய் விடும் என்ற அச்சத்தால் இங்கு மேற்படி கீழே யுதிர்ந்த துண்டுக் காயிதங்களைப் பற்றிய முழு விவரங்களும் தெரிவிக்காமல் விடுகிறேன். அதில் அநேகம் கடோற்கசனுடைய சிநேகிதர்களுடைய மேல் விலாசம். ஒரு துண்டுக் காயிதத்தில் குங்குமம் சுற்றியிருந்தது. அது கோயிலில் கொடுத்ததென்றும், அம்மன் பிரசாத மென்றும் கடோத்கசன் விளக்கினான்.

இனி அவன் மந்திரவாதப் புஸ்தகத்துள் எழுதியிருந்த விநோதங்களில் சிலவற்றை இங்கு காட்டுகிறேன்.

கணபதி மந்திரம்

ஓம் கணபதி; ஐயும் கணபதி; கிளியும் கணபதி; சவ்வும் கணபதி; வா வா; சகல ஜனங்களும்; போகங்களும்: சகல லோக சித்தியும், உமக்கு வசியமானது போல் எனக்கு வசியமாகவும். சுவா ஹா.

பஞ்சாட்சரம்

ஹரி ஓம் சிவாய நம;

அனுமார் மந்திரம்

ஓம் அனுமந்தா, ஆஞ்சனேயா, நமோ நாராயணா, சிரஞ்சிவியாகக் காத்து ரஷித்து வா. கிலியும் ஸவ்வும், என் எதிரிகளை வென்று என்னைக் கா, கா, கா, ஸ்வாஹா!

புருஷ வசியத்துக்கு மந்திரம்

நிலத்திலே முளைத்தவளே, நீலப்பூ பூத்தவளே, மனத்துக்கு கவலை தீர்த்தவளே, மன்னன் சிறை மீட்டவளே, குடத்துத் தண்ணீர்ப் பாலாக வேண்டும். கோவிந்தராஜு என்னைக் கண்டா கும்பிட வேண்டும். தான் ஒரு புலியாக வேணும். அவன் ஒரு பசுவாகவேணும். புலியைக் கண்ட பசு நடுங்கினாற்போல் நடுங்கி ஒடுங்கி வணங்கி நிற்க ஸ்வாஹா! இந்த மந்திரத்தை ஆயிரம் உரு ஏற்றவேண்டும். வேளை செடியின் வடக்கே போகிற வேரில், ஞாயிற்றுக்கிழமை சூரியன் கிளம்புகிற சமயத்தில், மஞ்சள் துண்டைக் கட்டிப் பதினாறு விசை மந்திரத்தை ஜபித்து பிறகு, வேர் அறாமல் பிடுங்கி வெள்ளித் தாயித்தில் மஞ்சளை நீக்கி வேரைச் செலுத்திக் கட்டிக் கொள்ள வேண்டும்.

சகல வியாதிகளுக்கும் மந்திரம்

ஓம், ரீங், அங், இந்தப்படிக்கு விபூதியில் எழுதி ஆயிரத்தெட்டு உரு ஜபித்து சூடன் கட்டியை அதன் மேலே வைத்துக் கொடுக்க வியாதி தீரும். இது கை கண்டது.

சிரங்கு கண்டவுடன் செய்கிற மந்திரம்

மசிமா மசி: நசி மா நசி:

சிரங்கு நைய மந்திரம்

கசி: நசி!

பழுத்தபின் உடைக்கும் மந்திரம்

நஞ்சு, பிஞ்சு , நாகமதாகிப் பிஞ்சு நஞ்சு போக ஸ்வாஹா!

இராஜாவை வசியம் பண்ண மந்திரம்

வசீகரா, வசீகரா, ராஜ வசீகரா, அச்சிட்ட பங்களா, தக்ஷணாமூர்த்தி, துர்க்கா தேவதாயை நம: இதற்கு ஆயிரத்தெட்டு செய்யவும்.

மற்றுமொரு இராஜ வசிய மந்திரம்

அய்யும், கிலியும் சவ்வும், சவ்வும் கிலியும், ஐயும், நவகோடி சித்தர் சாயம் நசி, நசி: ஸர்வ மூலிகையும் இன்ன ராஜாவும் வசி, வசி.

இந்த மந்திரங்களைத் தவிர, மேற்படி கலியுக கடோற்கசனுடைய நோட்புக்கில் இன்னும் இதுபோலவே முப்பது நாற்பது மந்திரங்களும், பலவிதமான சக்கரங்களும் இருந்தன. அந்த மந்திரங்களையும் சக்கரங்களையும் இப்போது புஸ்தகத்தில் முழுதும் விஸ்தாரமாகச் சொல்லப் போனால் நெடுந்தூரம் இந்த வியாசம் அளவுக்கு மிஞ்சி நீண்டுவிடும். எனினும் நமது ஹிந்து தர்மத்தையும், மந்திர மகிமையையும், இடைக்காலத்து மூட ராஜாக்களும், அயோக்கியப் பூஜாரி, பண்டார, மந்திரவாதிகளும் எவ்வளவு கேலிக் கிடமாகச் செய்துவிட்டார்களென்பதை விளக்க, மேற்கூறிய திருஷ்டாந்தங்களே போதுமென்று நினைக்கிறேன். இன்னும் அவனுடைய குறிப்புப் புஸ்தகத்தில் போகப் போகப் பெரும் கேலியாக இருந்தது. எனக்கு அவற்றை யெல்லாம் பார்க்கும்போது சிரிப்பொரு பக்கம் வந்தது. தலை யொரு பக்கம் கிறுக்கிற்று.

ஹிந்துக்களுடைய மூல பலமாகிய மந்திர சாஸ்திரத்தை இடைக்காலத்து மூடர் இவ்வளவு சீர்கெடுத்து வைத்திருப்பதையும், அதைத் தற்காலத்து மூடர்களிலே பலர் நம்புவதையும் நினைக்கும்போது எனக்கு மிகவும் வருத்தமுண்டாயிற்று.

அதை நான் பார்வையிட்டுக் கொண்டிருக்கையில் குள்ளச் சாமி என்ற வேதபுரத்து ஞானி வந்தார். அவரிடம் அதைக் கொடுத்தேன். அவர் அந்தப் புஸ்தகத்தை வெளிமுற்றத்துக்குக் கொண்டு போனார். அங்கிருந்து நெடுநேரமாகத் திரும்பி வரவில்லை. என்ன செய்கிறார், பார்ப்போமென்று சொல்லி, நான் எழுந்து வெளி முற்றத்துக்கு வந்தேன். என்னுடன் கலியுக கடோற்கசனும் வந்தான். அங்கு போய்ப் பார்த்தால், குள்ளச்சாமி அந்தப் புஸ்தகத்தில் மண் எண்ணெயை விட்டுத் தீயைக் கொளுத்தி எரிய விட்டு வேடிக்கை பார்த்துக் கொண்டிருந்தார். குழ நதைகள் பக்கத்தில் நின்றுவேடிக்கை பார்த்தனர். எனக்குச் சிரிப்பு வந்தது. கடோற்கசன் கோவென்றழுதான். குள்ளச்சாமி பெரிய ஞானியென்றும், பரமபுருஷரென்றும், அவர் செய்தது பற்றி வருத்தப்படக்கூடாதென்றும் சொல்லி நான் கடோற்கசனைத் தேறுதல் சொல்லி அனுப்பினேன். போகும்போது அவன் பைக்குள் குள்ளச்சாமியார் ஒரு பொற்காசு போட்டார். நான் ஒரு துண்டுக் காயிதத்தில் "ஓம் சக்தி" என்ற மந்திரத்தை எழுதி அவன் பைக்குள் போட்டேன்.

பொற் காசைக் கண்டவுடன் கடோற்கசன் கொஞ்சம் சந்தோஷமடைந்து புன்சிரிப்பு கொண்டான். அப்போது குள்ளச்சாமி சொல்லுகிறார்.

"எல்லாம் தெய்வம்"-"தர்மமே மகா மந்திரம்" "உண்மைக்கு ஜயமுண்டு" "எல்லாரையும் வசப்படுத்த வேண்டுமானார்ல, எல்லாரையும் தெய்வமாக நினைத்து மனத்தால் வணங்க வேண்டும். இந்த விஷயங்களையெல்லாம் இந்த தேசத்தில் பரவும்படி செய்" என்றார்.

----

23. கத்திச் சண்டை

நேற்று சாயங்காலம் என்னைப் பா'க்கும் பொருட்டாக உடுப்பியிலிருந்து ஒரு சாமியார் வந்தார். "உம்முடைய பெயரென்ன?" என்று கேட்டேன். "நாராயண பரம ஹம்ஸர்" என்று சொன்னார். "நீர் எங்கே வந்தீர்?" என்று கேட்டேன். "உமக்கு ஜந்துக்களின் பாஷையைக் கற்பிக்கும் பொருட்டாக வந்தேன். என்னை உடுப்பியிலிருக்கும் உழக்குப் பிள்ளையார் அனுப்பினார்" என்று சொன்னார். "சரி, கற்றுக் கொடும்" என்றேன். அப்படியே கற்றுக் கொடுத்தார்.

காக்காய்ப் பாஷை மிகவும் சுலபம். இரண்டு மணி நேரத்திற்குள் படித்து விடலாம்.

"கா" என்றால் 'சோறு வேண்டும்' என்றர்த்தம். 'கக்கா என்றால் என்னுடைய சோற்றில் நீ பங்குக்கு வராதே' என்றர்த்தம். 'காக்கா' என்றால் 'எனக்கு ஒரு முத்தம் தாடி கண்ணே' என்றர்த்தம். இது ஆண் காக்கை பெண் காக்கையை நோக்கிச் சொல்லுகிற வார்த்தை. 'காஹகா என்றால் சண்டை போடுவோம்' என்றர்த்தம். 'ஹாகா' என்றால் 'உதைப்பேன்' என்றர்த்தம். இந்தப்படி ஏறக்குறைய மனுஷ்ய அகராதி முழுதும் காக்கை பாஷையிலே, க, ஹா, க்ஹ, முதலிய ஏழெட்டு அக்ஷரங்களைப் பல வேறுவிதமாகக் கலந்து அமைக்கப்பட்டிருக்கிறது. அதை முழுதும் மற்றவர்களுக்குச் சொல்ல இப்போது சாவகாசமில்லை. பிறருக்குச் சொல்லவும் கூடாது. அந்த நாராயண பரம ஹம்ஸருக்குத் தமிழ் தெரியாது. ஆகையால் அவர் பத்திரிகைகளை வாசிக்க மாட்டார். இல்லாவிட்டால் நான் மேற்படி நாலைந்து வார்த்தைகள் திருஷ்டாந்தத்துக்காக எழுதினாதினாலேயே அவருக்கு மிகுந்த கோபமுண்டாய் விடும். ஒரு வார்த்தைகூட மற்றவர்களுக்குச் சொல்லக்கூடாதென்று என்னிடம் வற்புறுத்திச் சொன்னார். "போனால் போகட்டும். ஐயோ, பாவம்" என்று நாலு வார்த்தை காட்டி வைத்தேன்.

இன்று சாயங்காலம் அந்த பாஷையை பரீட்சை செய்து பார்க்கும் பொருட்டாக, மேல் மாடத்து முற்ற வெளியிலே போய் உட்கார்ந்து பார்த்தேன். பக்கத்து வீட்டு மெத்தைச் சுவரின் மேல் நாற்பது காக்கை உட்கார்ந்திருக்கிறது. "நாற்பது காக்கைகள் உட்கார்ந்திருக்கின்றன என்று பன்மை சொல்ல வேண்டாமோ?" என்று எண்ணிச் சில இலக்கணக்காரர்கள் சண்டைக்கு வரக்கூடும். அது பிரயோஜனமில்லை. நான் சொல்வது தான் சரியான பிரயோகம் என்பதற்கு போகர் இலக்கணத்தில் ஆதாரமிருக்கின்றது. "போகர் இலக்கணம் உமக்கு எங்கே கிடைத்தது?" என்று கேட்கலாம். அதெல்லாம் மற்றொரு சமயம் சொல்லுகிறேன். அதைப்பற்றி இப்போது பேச்சில்லை. இப்போது காக்காய்ப் பார்லிமெண்டைக் குறித்துப் பேச்சு.

அந்த நாற்பதில் ஒரு கிழக் காக்கை ராஜா. அந்த ராஜா சொல்லுகிறது: "மனிதருக்குள் ராஜாக்களுக்கு உயர்ந்த சம்பளங்கள் கொடுக்கிறார்கள். கோடி ஏழைகளுக்கு அதாவது சாதாரணக் குடிகளுக்குள்ள சொத்தை விட ராஜாவுக்கு அதிக சொத்து. போன மாசம் நான் பட்டணத்துக்குப் போயிருந்தேன். அங்கே ருஷியா தேசத்துக் கொக்கு ஒன்று வந்திருந்தது. அங்கே சண்டை துமால்படுகிறதாம். ஜார் சக்கரவர்த்தி கட்சி ஒன்று. அவர் யோக்கியர். அவரைத் தள்ளிவிடவேண்டுமென்பது இரண்டாவது கட்சி. இரண்டு கட்சியாரும் அயோக்கியர்களாதலால் இரண்டையும் தொலைத்துவிட வேண்டும் என்று மூன்றாவது கட்சி மேற்படி மூன்று கட்சியாரும் திருடரென்று நாலாவது கட்சி இந்த நாலு கட்சியாரையும் பொங்கலிட்டு விட்டுப் பிறகுதான் யேசு கிறிஸ்து நாதரைத் தொழ வேண்டுமென்று ஐந்தாவது கட்சி. இப்படியே நூற்றிருபது கட்சிகள் அந்த தேசத்தில் இருக்கின்றனவாம்.

"இந்த 120 கட்சியார் பரஸ்பரம் செய்யும் ஹிம்ஸை பொறுக்காமல், இந்தியாவுக்குப் போவோம், அங்கேதான் சண்டையில்லாத இடம். இமயமலைப் பொந்தில் வசிப்போம்' என்று வந்ததாம். அது சும்மா பட்டணத்துக்கு வந்து அனிபெஸன்ட் அம்மாளுடைய தியசாபிகல் சங்கத்துத் தோட்டத்தின் சில காலம் வசிக்க வந்தது. அந்தத் தோட்டக் காற்று சமாதானமும், வேதாந்த வாசனையுமுடையதாதலால் அங்கே போய்ச் சிலகாலம் வசித்தால், ருஷியாவில் மனுஷ்யர் பரஸ்பரம் கொலை பண்ணும் பாவத்தைப் பார்த்து தோஷம் நீங்கி விடுமென்று மேற்படி கொக்கு இமயமலையிலே கேள்விப்பட்டதாம்.

"கேட்டீர்களா, காகங்களே, அந்த ருஷியா தேசத்து ஜார் சக்கரவர்த்தியை இப்போது அடித்துத் துரத்திவிட்டார்களாம். அந்த ஜார் ஒருவனுக்கு மாத்திரம் கோடானு கோடியான சம்பளமாம். இப்போது நம்முடைய தேசத்திலே கூடத் திருவாங்கூர் மகாராஜா, மைசூர் ராஜா முதலிய ராஜாக்களுக்குக்கூட எல்லா ஜனங்களும் சேர்ந்த பெரிய பெரிய ஆஸ்தி வைத்திருக்கிறார்கள்.

"நானோ உன்னை வீணாக ஆளுகிறேன். ஏதாவது சண்டைகள் நேரிட்டால் என்னிடம் மத்தியஸ்தம் தீர்க்க வருகிறீர்கள். நான் தொண்டைத் தண்ணீரை வற்றடித்து உங்களுக்குள்ளே மத்தியஸ்தம் பண்ணுகிறேன். ஏதேனும் ஆபத்து நேரிட்டால், அதை நீக்குவதற்கு என்னிடம் உபாயம் கேட்க வருகிறீர்கள். நான் மிகவும் கஷ்டப்பட்டு உபாயம் கண்டுபிடித்துச் சொல்லுகிறேன். இதற்கெல்லாம் சம்பளமா? சாடிக்கையா? ஒரு இழவும் கிடையாது. தண்டத்துக்கு உழைக்கிறேன். எல்லாரையும் போலே நானும் வயிற்றுக்காக நாள் முழுவதும் ஓடி உழன்று பாடுபட்டுத்தான் தின்ன வேண்டியிருக்கிறது. அடே காகங்கள், கேளீர்:

"ஒவ்வொரு காக்கைக்கும் நாள்தோறும் கிடைக்கிற ஆகாரத்தில் ஆறிலே ஒரு பங்கு எனக்குக் கொடுத்துவிட வேண்டும்: அதை வைத்துக் கொண்டு நானும் என் பெண்டாட்டியும், என் குழந்தைகளும், என் அண்ணன், தம்பி, மாமன், மச்சான், என் வைப்பாட்டியார் ஏழு பேர், அவர்களுடைய குடும்பத்தார் இத்தனை பேரும் அரை வயிறு ஆகாரம் கஷ்டமில்லாமல் நடத்துவோம். இப்போது என் குடும்பத்துக் காக்கைகளுக்கும் மற்றக் காகங்களுக்கும் எவ்விதமான வேற்றுமையும் இல்லை. ஏழெட்டு நாளுக்கு முந்தி ஒரு வீட்டுக் கொல்லையிலே கிடந்தது! அது சோறில்லை; கறியில்லை; எலும்பில்லை; ஒன்றுமில்லை; அசுத்த வஸ் கிடந்தது. அதைத் தின்னப் போனேன். அங்கே ஒரு கிழவன் வந்து கல்லை எறிந்தான். என் மேலே, இந்த வலச்சிறகிலே காயம். இது சரிப்படாது. இனிமேல் எனக்குப் பிரஜைகள் ஆறில் ஒரு பங்கு கொடுத்துவிட வேண்டும்" என்று சொல்லிற்று.

இதைக் கேட்டவுடன் ஒரு கிழக்காகம் சொல்லுகிறது:

"மகாராஜா? தாங்கள் இதுவரையில்லாத புதிய வழக்கம் ஏற்படுத்துவது நியாயமில்லை. இருந்தாலும் அவசரத்தை முன்னிட்டுச் சொல்லுகிறீர்கள்! அதற்கு நாங்கள் எதிர்த்துப் பேசுவது நியாயமில்லை. ஆனால் தங்களுக்குள்ள அவசரத்தைப் போலவே என் போன்ற மந்திரிமாருக்கும் அவசர முண்டென்பதைத் தாங்கள் மறந்துவிட்டதை நினைக்க எனக்கு மிகுந்த ஆச்சரியமுண்டாகிறது. தங்களுக்கு ஒவ்வொரு காக்கையும் தன் வரும்படியில் பன்னிரண்டில் ஒரு பகுதி கட்ட வேண்டுமென்றும், அதில் மூன்றில் ஒரு பாகம் தாங்கள் மந்திரிமார் செலவுக்குக் கொடுக்க வேண்டுமென்றும், ஏற்படுத்துதல் நியாயமென்று என் புத்தியில் படுகிறது" என்று சொல்லிற்று. அப்பொழுது ஒரு அண்டங்காக்கை எழுந்து: "கக்கஹா கக்கஹா, நீங்கள் இரண்டு கட்சியாரும் அயோக்கியர்கள். உங்களை உதைப்பேன்" என்றது. வேறொரு காகம் எழுந்து சமாதானப்படுத்திற்று. இதற்குள் மற்றொரு காகம் என்னைச் சுட்டிக்காட்டி: "அதோ அந்த மனுஷ்யனுக்கு நாம் பேசுகிற விஷயம் அர்த்தமாகிறது. ஆதலால் நாம் இங்கே பேசக்கூடாது. வேறிடத்துக்குப் போவோம்" என்றது. உடனே எல்லாக் காகங்களும் எழுந்து பறந்து போய்விட்டன.

இது நிஜமாக நடந்த விஷயமில்லை. கற்பனைக் கதை.

----

24. "வளர்பிறை" குழந்தைக் கதை

ரவீந்திர நாத டாகூருடைய வங்காளிப் பாட்டை இங்கிலீஷ் படுத்திய நூல்களில் "வளர்பிறை" என்பதொன்று. குழந்தைகளைப் பற்றிய பாட்டு. மிகவும் சாமர்த்தியமாக எழுதியிருக்கிறார்.

சில மொழி பெயர்ப்புகள் காட்டுகிறேன்:

"நான் எங்கிருந்து வந்தேன்? நீ என்னை எங்கே பொறுக்கியெடுத்தாய்?" என்று குழந்தை தாயினிடம் கேட்டது. அதற்குத் தாய் சொல்லுகிறாள்.

"என் செல்வமே.

எனது நெஞ்சிடை விருப்பமாய் மறைந்து நீ நின்றாய், நான் விளையாட்டுப் பெண்ணாக விளையாடிய பொம்மைகளிலே நீ இருந்தாய்.

களி மண்ணாலே நான் ஸ்வாமி பண்ணிப் பண்ணியழித்தபோது உன்னைத்தான் பண்ணினேன்.

வீட்டுக் குலுதெய்வத்துடன் நீ கோயில் கொண்டிருந்தாய், அதனை வணங்குகையில், நின்னையே வணங்கினேன்"

"விளையாட்டுப் பண்டங்கள்" என்று மற்றொரு பாட்டு. அதில் தந்தை சொல்லுகிறான்:

"குழந்தாய், குச்சிகளையும் மண்பண்டங்களையும் வைத்துக் கொண்டு அவற்றுடனே கலக்கும் வித்தையை நான் மறந்து விட்டேன். எனது விளையாட்டுக்கு விலையேறிய பண்டங்கள் வேண்டிப் பொன்னும் வெள்ளியும் திரளாகக் குவிக்கிறேன். நீ கண்ணிலகப்பட்ட பொருளையெல்லாம் வைத்துக் கொண்டு ரஸமான விளையாட்டுக்கள் படைக்கிறாய், என்றும் பெறக்கூடாதனவற்றை வேண்டி நான் வலிமையையும் நேரத்தையும் செலவிடுகிறேன்!"

"மேகங்களும் அலைகளும்" என்பதொரு பாட்டு.

அதிலே குழந்தை சொல்லுகிறது:

"அம்மா! அலைக்குள்ளே வாழ்வோர் என்னைக் கூப்பிடுகிறார்கள்.

"காலை முதல் இரவு வரை பாடுகிறோம். திக்குத்திசையில்லாமல் எங்கும் சுற்றி வருகிறோம்" என்று சொல்லி என்னையழைக்கிறார்கள்.

"எப்படி உம்முடன் சேரலாம்?" என்றால்

"கரையோரத்துக்கு வந்து கண்ணை மூடிக் கொள்ளு. அலைகள் வந்து உன்னைக் கொண்டு போகும்" என்கிறார்கள்.

அதற்கு நான்: "வீட்டில் அம்மா என்னை மாலையில் தேடுவாள். அவளை எப்படி பிரிந்து வருவேன்?" என்று கேட்டால் அவர்கள் சிரித்துக்கொண்டு ஓடிப் போகிறார்கள்.

அம்மா, அதைக் காட்டிலும் நல்லதொரு விளையாட்டு எனக்குத் தெரியும், நான் தான் அலையாம் நீ ஏதோ ஒரு தேசத்துக் கடற்கரையாம்; நான் உருண்டுருண்டு வந்து சிரிப்புடன் உன்மடிமேல் மோதுவேன்"

"செண்பகம்பூ" என்பதொரு பாட்டு.

அதில் ஒரு குழந்தை தான் தாய்க்குத் தெரியாதபடி செண்பகப் பூவாக மாறி உச்சிக் கொம்பின் மேல் ஏறியிருப்பதாகக் கற்பனை பண்ணி அதைத் தாயினிடம் ரஸமான கதையாகச் சொல்லுகிறது.

"வீரன்" என்ற பாட்டு மிகவும் நயமானது.

அதில் குழந்தை தனது தாயை நோக்கிப் பின்வரும் கற்பனையாய் சொல்லுகிறது. காட்டு வழியில் தாய் பல்லக்கில் ஏறிவர, அருகே தான் குதிரையேறி வருவதாகவும், போரில் தான் அத்தனை கள்ளரையும் வெட்டிக் கொன்று துரத்தி யொழித்து விடுவதாகவும் அப்போதுதாய், இந்தப் பிள்ளையைக் கூட்டி வந்ததனாலே பிழைத்தோம். என்றெண்ணுவதாகவும், ஊரார் உவப்பதாகவும், தமயன் கேட்டு இந்த வலிமையற்ற பிள்ளை இத்தனை செய்தானா என்று வியப்பதாகவும், கற்பனை மிகவும் நன்றாக அமைந்திருக்கிறது.

தெய்வமே தாயென்று நம்பி எவன் குழந்தைபோல் நடக்கிறானோ அவனே ஞானி யென்பது மேற்படி நூலின்கருத்து.

----

25. உஜ்ஜியினி

"கண்ணே, நாம் சக்தி தர்மத்தைக் கைக்கொண்டோம். நமக்கு நீ சக்தி, நீ இறந்தால் நான் உடன்கட்டை ஏறுவேன்" என்று விக்கிரமாதித்த ராஜன் தன்னுடைய பிரியதனமாகிய ஸ்ரீமுகியினிடம் சொன்னான். அப்போது அவள் "உஜ்ஜயிநீபுரத்து மாகாளி அருளாலே உனக்கு ஆயிரம் வயதுண்டு. அப்படி ஆயிரத்தில் ஒன்று குறைய நானும் இருப்பேன்" என்றாள்.

"எனக்கு வயது தொளாயிரத்துத் தொண்ணூற்றொன்பது தான் போலும்;" என்று விக்கிரமாதித்தன் பெருமூச்சு விட்டான். அப்பொழுது ஸ்ரீமுகி சொல்லுகிறாள்:-

"காந்தா, நீ எனது கணவன். என் சொற்படி கேள். தர்மம் பெண்ணால் ஏற்படுத்தப்பட்டது. விரதம், தவம், பூஜை, ஆகாரம், வீடு, பள்ளிக்கூடம் அனைத்தும் ஏற்படுத்திக் கொடுத்தது பெண். தர்மம் பெண்ணால் உண்டானது. பெண் தாய். பெண்ணைத் தன்னில் பாதியென்று கருதாமல், தனக்கு அது பகுதிப்பட்டிருக்கவும் வேண்டும். ஆனால் தான் அதைத் தன் பகுதியாகத் தானாக, நேசிக்கவும் மாட்டேன் என்று ஆண் நெடுங்காலமாகச் சொல்லி வருகிறது. அதற்காகப் பெண் பழி வாங்குகிறது. ஆணைப் பழி வாங்கி அந்தத் துயரத்தில் தானும் மடிகிறது.

"சிவன் பாதி, சக்தி பாதி போலச் சரி பாதியாக எப்போது ஆண் பெண்ணை ஒப்புக்கொள்ளுகிறதோ, அப்போது ஆணுக்குப் பெரிய வலிமை சித்திக்கிறது. கலியுக முடிவில் இது முற்றிலும் பரிபூரணமாக நிகழும்" என்றாள்.

"அப்போது நமது மகாகாளி தேவிக்கு நாமமென்ன?" என்று விக்கிரமாதித்தன் கேட்டான்.

அப்போது ஸ்ரீமுகி சொல்லுகிறாள்:

"அப்போது மகாகாளி தேவிக்கு நித்ய கல்யாணீ உஜ்ஜயிநீ என்று பெயர்."

"இதற்கு யாரெல்லாம் சாட்சி?" என்று விக்கிரமாதித்தன் கேட்டான்.

"இதற்குத் தேவர் சாட்சி; பஞ்ச பூதங்கள் சாட்சி; மனுஷ்ய, மிருக, பக்ஷ¢, கீடாதி ஐந்து கணங்கள் சாட்சி; இதற்கு அந்த மகா காளியே சாட்சி" என்று ஸ்ரீமுகி சொன்னாள். "சரி" என்று சொல்லி விக்கிரமாதித்தன் இருந்து விட்டான். மறுநாள் காலையில் இருவரும் ஆலயத்துக்குச் சென்றனர். அங்கே தேவியின் முடிமீது நித்திய கல்யாணீ உஜ்ஜயிநீ என்று வயிர எழுத்துக்களால் எழுதியிருந்தது. அதனைக் கண்டு இருவரும் தொழுது மகிழ்ச்சியுற்றனர்.

மற்றை நான் விக்கிரமாதித்தன் தனது அரண்மனையில் ஒரு பொற்றூண் நாட்டி அதில், "பெண்ணைப் பேணுவோர் கண்ணைப் பேணுவார். பெண்ணுக்குக் கண் உண்டு. பெண் தாய். வந்தே மாதரம்" என்று எழுதி வைத்தான். மேற்படி கதை சாக்த சாத்திரத்திலே கூறப்பட்டது. அதை லோகோபகாரமாக வெளிப்படுத்துகிறேன்.

----

26. மிளகாய் பழச் சாமியார்

வேதபுரத்துக்கு வடக்கே முத்துப்பேட்டையில் பெரும்பாலும் தெலுங்கு நெசவுத் தொழிலாளரும், தமிழ்க் கைக்கோளரும் வாசம் செய்கிறார்கள். அந்த ஊரில் நெசவுத் தொழிலே பிரதானம். "லுங்கிகள்" என்றும் "கைலிகள்" என்றும் சொல்லப்படும் மகமதியருக்கு அவசியமான கெட்டிச் சாயத்துணிகள் இங்கு மிகுதியாக நெய்யப்பட்டு, சிங்கப்பூர் பினாங்கு முதலிய வெளித் தீவாந்திரங்களுக்கு ஏற்றுமதி செய்யப்படுகினற்ன.

இந்த நெசவுத் தொழிலாளர் அத்தனை பேரும் அங்களாம்மனுடைய அவதாரமென்பதாக ஒரு ஸ்திரீயை வணங்குகிறார்கள். அந்த ஸ்திரீ சுமார் நாற்பத்தைந்து வயதுடையவள். சரீரத்தில் நல்ல பலமும், வீரதீர பராக்கிமங்களும் உடையவள். இவளுடைய புருஷன் இறந்துபோய் இருபத்தைந்து வருஷங்களாயின.

இவள் காவி வஸ்திரமும் சடைமுடியும் தரிக்கிறாள். இவளுடைய முகம் முதிர்ந்த, பெரிய, வலிய, உறுதியான ஆண்முகம் போல இருக்கிறது. அத்துடன் பெண்ணொளி கலந்திருக்கிறது. இவளுடைய கண்கள் பெரிய மான் விழிகளைப் போல இருக்கின்றன.

இவள் ஒரு சுப்பிரமணிய சுவாமி கோவில் கட்டிக் கொண்டிருக்கிறாள். கோயில் கட்டிடம் பெரும்பாலும் முடிந்து போய்விட்டது. இன்னும் சிகரம் மாத்திரந்தான் வைக்கவில்லை.

இவள் தன் வீட்டுக்குள் ஒரு வேல் வைத்துப் பூஜை பண்ணுகிறாள். அதன் பக்கத்தில் இரவும் பகலும் அவியாத வாடா விளக்கு எரிகிறது.

கோயிலும் இவள் வீட்டுக்குச் சமீபத்திலேதான் கட்டியாகிறது. இவளுடைய வீடு வேதபுரத்துக்கும் முத்துப்பேட்டைக்கும் இடையே சாலையின் நடுமத்தியில் சுமைதாங்கிக்குச் சமீபத்தில் இருக்கிறது.

திருக்கார்த்திகை யன்று, பிரதி வருஷமும் அடியார்கள் சேர்ந்து இவளுக்கு மிளகாய்ப் பழத்தை அரைத்து உடம்பெல்லாம் தேய்த்து ஸ்நானம் செய்விக்கிறார்கள். அதனாலேதான் இவளுக்கு "மிளகாய்ப் பழச் சாமியார்" என்ற நாமம் ஏற்பட்டது.

நான் இந்த மிளகாய்ப் பழச் சாமியாருடைய கோயிலுக்குப் பலமுறை போய் வேலைக் கும்பிட்டிருக்கிறேன். இன்று காலை இந்த ஸ்திரீ என்னைப் பார்க்கும் பொருட்டு வந்தாள். வந்து கும்பிட்டாள்.

"எதன் பொருட்டுக் கும்பிடுகிறீர்?" என்று கேட்டேன்.

"எனக்குத் தங்களால் ஒரு உதவியாக வேண்டும்" என்றாள்.

"என்ன உதவி?" என்று கேட்டேன்.

"பெண் விடுதலை முயற்சியில் எனக்குத் தங்களால் இயன்ற சகாயம் செய்ய வேண்டும்" என்றாள்.

"செய்கிறேன்" என்று வாக்குக் கொடுத்தேன்.

அப்போது அந்த மிளகாய்ப் பழச் சாமியார் பின் வருமாறு உபந்நியாசம் புரிந்தாள்.

ஹா, ஹா, பொறுத்துப் பொறுத்துப் பொறுத்துப் பொறுத்துப் போதுமடா, போதுமடா, போதும்.

உலகத்திலே நியாயக் காலம் திரும்புவதாம்.

ருஷியாவிலே கொடுங்கோல் சிதறிப் போய்விட்டதாம்.

ஐரோப்பாவிலே ஏழைகளுக்கும் பெண்களுக்கும் நியாயம் வேண்டுமென்று கத்துகிறார்களாம்.

உலக முழுமைக்கும் நான் சொல்லுகிறேன்.

ஆண் பெண்ணுக்கு நடத்தும் அநியாயம் சொல்லுக்கடங்காது; அதை ஏட்டில் எழுதியவர் இல்லை. அதை மன்றிலே பேசியவர் யாருமில்லை.

பறையனுக்குப் பார்ப்பானும், கறுப்பு மனுஷனுக்கு வெள்ளை மனுஷனும் நியாயம் செய்யவேண்டும் என்று சொல்லுகிறீர்கள்.

பெண்ணுக்கு ஆண் நியாயம் செய்வது அதையெல்லாம் விட முக்கியமென்று நான் சொல்லுகிறேன்.

எவனும் தனது சொந்த ஸ்திரீயை அலட்சியம் பண்ணுகிறான். தெருவிலே வண்டி தள்ளி நாலணா கொண்டு வருவது மேல் தொழில் என்றும் அந்த நாலணாவைக் கொண்டு நாலுவயிற்றை நிரப்பி வீடு காப்பது தாழ்ந்த

தொழிலென்றும் நினைக்கிறான். பெண்கள் உண்மையாக உழைத்து ஜீவிக்கிறார்கள். ஆண் மக்கள் பிழைப்புக்காகச் செய்யும் தொழில்களில் பெரும்பாலும் பொய், சூது, கனவு, ஏமாற்று, வெளிமயக்கு, வீண் சத்தம், படாடோபம், துரோகம், கொலை, யுத்தம்!

இந்தத் தொழில்கள் உயர்வென்றும், சோற்றுத் துணி தோய்த்துக் கோயில் செய்து கும்பிட்டு வீடுபெருக்கிக் குழந்தைகளைக் காப்பாற்றும் தொழில் தாழ்வென்றும் ஆண் மக்கள் நினைக்கிறார்கள்.

வியபிசாரிக்குத் தண்டனை இகலோக நரகம்.

ஆண் மக்கள் வியபிசாரம் பண்ணுவதற்குச் சரியான தண்டனையைக் காணோம்.

பர ஸ்திரீகளை இச்சிக்கும் புருஷர்களின் தொகைக்கு எல்லையில்லை யென்று நான் சற்றே மறைவிடமாகச் சொல்லுகிறேன். ஆனால் அவர்கள் பத்தினிகளை நேரே நோக்க யோக்கியதை யில்லாமல் இருக்கிறார்கள்.

பூமண்டலத்தின் துக்கம் ஆரம்பமாகிறது. ஆணும் பெண்ணும் சமானம். பெண் சக்தி. பெண்ணுக்கு ஆண் தலைகுனிய வேண்டும். பெண்ணை ஆண் அடித்து நசுக்கக்கூடாது. இந்த நியாயத்தை உலகத்தில் நிறுத்துவதற்கு நீங்கள் உதவிசெய்ய வேண்டும். உங்களுக்குப் பராசக்தி நீண்ட ஆயுளும் இஷ்டகாமய சித்திகளும் தருவாள்" என்று அந்த மிளகாய்ப் பழச் சாமியார் சொன்னாள். சரி என்று சொல்லிதான் அந்தத் தேவிக்கு வந்தனம் செய்தேன். அவள் விடை பெற்றுக்கொண்டு சென்றாள்.

---

27. பேய்க் கூட்டம்

ஒரு நாள் இரவு பன்னிரண்டு மணிக்கு, நான் எந்தக் காரணத்தாலோ தூக்கம் வராமல் பாயிலே படுத்துக் கொண்டிருந்தேன். தூக்கம் வராது போனால் அருவியை நினைத்துக் கொண்டு அது சலசலவென்று விழும் ஓசையிலே மானஸிகமாகச் செவியைச் செலுத்திக் கொண்டிருந்தால் சிறிது நேரத்திற்குள் தூக்கம் வந்துவிடுமென்று நான் குழந்தையாயிருந்தபோது ஒரு புஸ்தகத்தில் படித்திருந்தேன். அந்தப்படி அருவியை நினைத்தால் பாதி இரவில் அந்த ஞாபகத்திலிருந்து குளிர் அதிகப்படுகிறதே யொழியத் தூக்கம் வருகிற பாட்டைக் காணோம்.

என்ன காரணம்? குளிர்தான் காரணமென்றெண்ணி நான்கு சாளரங்களையும் சாத்தினேன். பிறகு காற்றோட்டமில்லாத அறையில் படுத்திருக்கக் கூடாதென்று வெள்ளைக்கார சுகாதார சாஸ்திரமும் சற்றேறக் குறைய-அனுபவமும் சொல்லுவதால், ஒரு ஜன்னலைத் திறந்தேன்.

வாசற்பக்கத்தில், என் அறைக்கு நேரே, "காந்த விளக்கு" (எலெக்ட்ரிக் விளக்கு). அதை மின்னல் விளக்கென்று சொல்வது நியாயம். ஆனால் ஜனங்கள் அதைக் காந்த விளக்கென்று சொல்லுகிறார்கள். ஊரோடொக்க ஓடு என்று தர்ம புத்திரர் சொல்லியது போலே நானும் ஜன வழக்கத்தைப் பெரிதாகக் கொண்டு அதைக் காந்த விளக்கு என்றே சொல்லுகிறேன். மேலும் காந்தம் என்ற சொல் அழகாக இருக்கிறது. காந்தி, கந்தன், காந்தை என்ற பிரயோகங்கள் அதிலே நினைவுக்கு வருகின்றன. வாசலில் காந்த விளக்குப் போட்டிருக்கிறது. அதைச் சுற்றி விளையாடும் பூச்சிக் கூட்டங்கள் என் அறைக்குள்ளே பிரவேசித்து விடுகின்றன. அறைக்குள் விளக்கை அவித்துப் போடுவோமா என்று யோசித்தாலோ, தூக்கமும் வராமல் இருளில் கிடப்பது மிகவும் சிரமம். என் மனம் பல பல விஷயங்களை யோசித்துக் கொணடிருந்தது. கண்ணை மூடினால் எனக்கு ருஷியாவின் நிலைமை ஞாபகம் வந்துகொண்டிருந்தது. அதற்குக் காரணமென்ன தெரியுமா?

ஒரு மனுஷ்யன் காலையில் கண்ணை விழிக்கும்போது விழித்தவுடனே, அவன் வேறெந்த வஸ்துவையும் பார்க்குமுன்னே அவன் முன் ஒரு குரங்கைக் கொண்டு நிறுத்தினால் அன்று முழுவதும் அவன் அந்தக் குரங்கை மறப்பது மிகவும் சிரமம். அதுபோலவே மூன்றாம் நாள் காலையில் நான் கண்ணை விழிக்கு முன்பாகவே என் பத்தினி 'சுதேசமித்திரன்' பத்திரிகையைத் தலையணைக்கருகே கொண்டு போட்டிருந்தாள். திறந்து பார்த்தேன். முதலாவது என் கண்ணில் "ருஷியாவில் உள்நாட்டுக் கலகம்; சச்சரவு அதிகரிக்கிறது-" என்ற பகுதி தென்பட்டது. இதென்னடா விசேஷம்? என்று வாசித்துப் பார்த்தேன். இரவில் தூக்கமில்லாது படுத்துக்கொண்டிருக்கும்போது

காலையில் படித்த விஷயங்களெல்லாம் மற்றொரு முறை மன வீதியிலே உலாவி வரலாயின. மாஸ்கோ நகரத்தில் கலகம்-ஸ்தீரிகளும் குழந்தைகளும் உட்பட இருநூறு பேர் கொலையுண்டனர்... துப்பாக்கிப் பிரயோகங்கள் அமிதவாதிகளும், மிதவாதிகளும் பரஸ்பரம் செய்துகொண்டனர்.

ஒதெஸ்ஸா நகரத்தில் செல்வரிடமிருந்து பொருளையெல்லாம் பிடுங்கி ஏழை ஜனங்களுக்குள்ளே பங்கிட்டுக் கொடுக்க ஒரு கமிட்டி! முதலிய பல செய்திகள். ருஷியா விஷயம் எக்கேடு கெட்டால் எனக்கென்ன என்று தூங்க முயற்சி செய்தால் மனம் இணங்கவில்லை. தூக்கம் வரப் போகிற-அல்லது வராமல் இருக்கிற-பாதி இரவு நேரத்தில் மனம் புத்தி சொன்னபடி கேட்கவே கேட்காது. எப்போதும் மனதைக் கட்டியாள்வது சிரமம். படுக்கையிலே படுத்துக்கொண்டு மனதைக் கட்ட விசுவாமித்திரராலேகூட முடியாது. பிறகு எனக்கு ருஷியக் குடியரசின் தலைவனாகிய லெனின் என்பவனுடைய ஞாபகம் வந்தது. உரலுக்கு ஒரு பக்கம் இடி; மத்தளத்துக்கு இரண்டு பக்கம் இடி. லெனினுக்கு லக்ஷம் பக்கத்திலே!

தள்ளடா! லெனினுமாயிற்று: வெங்காயமுமாயிற்று தூங்குவோம் என்று நினைத்தால் கொசு வந்து காதில் "ஙொய்" என்று ரீங்காரம் பண்ணுகிறது.

சரி தூக்கம் வருமென்று நினைக்க ஹேதுவில்லை; எழுந்து உட்கார்ந்து ஏதேனும் புஸ்தகம் வாசிப்போமென்று மேஜைமீது வைத்திருந்த விளக்கைப் பெரிதாக்கி எதிரே நாற்காலியில் உட்கார்ந்து மேஜையின்மீது முதலாவது கண்ணுக்குப் புலப்பட்ட புஸ்தகத்தைக் கையிலே எடுத்தேன். அது ஸ்காந்த புராணம். அதிலே நல்ல கட்டம் கண்ணுக்குப் புலப்பட்டது. தினைப்புனத்தில் வள்ளியம்மையைச் சுப்பிரமணிய ஸ்வாமி பல விதங்களில் கெஞ்சியும் பயமுறுத்தியும் பெண்டாகச் செய்து கொண்டார்.
பிறகு புராணம் சொல்லுகிறது: கேளீர் முனிவர்களே, அந்த வள்ளியம்மையானவள் திரும்பித் தனது பரணுக்கு; வந்து சேர்ந்தாள். தினைப்புனத்தை அங்கே காத்துக் கொண்டிருந்த ஸகியானவள் வள்ளியை நோக்கி, "ஏனம்மா, வள்ளி, இவ்வளவு நேரம் எங்கே போயிருந்தாய்?" என்று கேட்டாள்.

"குளத்துக்குப் போய் நீராடி வந்தேன்" என்று வள்ளியம்மை சொன்னாள்.

"நெடுநேரம் குளத்திலே இருந்தாயா? ஸ்நானத்துக்குச் சென்றால் இத்தனை காலம் ஆகிய முகாந்தரமென்ன?" என்று தோழி தொளைத்துத் தொளைத்துக் கேட்கலானாள். அப்போது வள்ளியம்மை சினங்கொண்டு, "ஏதடி பாங்கி, நீ என்மேல் பழி சுமத்தப் பார்க்கிறாயா?" என்றாள்.

அப்போது பாங்கி கண்ணைப் பரக்க விழித்து, "நான் ஒன்றும் சொல்லவில்லையே. தெய்வமே, நீ தானே பழியென்ற சொல்லை எடுத்தாய்?" என்று கூறிக் கலகலவென்று நகைத்தாள்.

வள்ளியம்மை கண்ணிலே நீர்த்துளிகள் பிறந்தன. முருகக் கடவுள் அந்தச் சமயத்தில் வில்லையும், அம்புகளையும் சுமந்து கொண்டு மறுபடி வேட வேஷந் தரித்துக் கொண்டு அவ்விரு பெண்களின் முன்னே வந்து நின்று: "ஏ பெண்களா! என்னம்புகளால் உடம்பெல்லாம் அடிபட்டோடிய மிக உன்னதமான பெரிய யானை யொன்று இந்தப் பக்கத்தில் வரக் கண்டீர்களா?" என்று கேட்டார்.

சகி சொல்லுகிறாள்: "ஐயா, உமது பராக்கிரமத்தை உம்மை யொத்த சூரரிடம் போய்ச் சொல்லும். தனிக் காட்டிலே சிறு கன்னிகைகளிடம் சொல்ல வேண்டாம்" என்றாள்.

ஸ்காந்த புராணம் சொல்லுகிறது: பிறகு கேளீர், முனிவர்களே, அந்தப் பாங்கி தன் மனதுக்குள்ளே ஆலோசனை செய்து கொண்டதாவது: "இவ்விருவர்களின் விழிகளைப் பார்த்தாயா! இவன் யோக்கியமாக, ஆனை தேட வந்ததையும், இவள் தடாக ஸ்நானம் பண்ணி வந்த செம்மையையும் இதோ இந்தக் கண்கள் நன்கு விளக்குகின்றன! இவள் அவனை விழுங்குவதுபோல் பார்க்கிறாள். அவன் இவளைக் கவிராயன் சந்திரனைப் பார்ப்பதுபோலே பார்க்கிறான். இவ்விருவர் காதலிலே உடம்பட்டனர்!" என்று தோழி நிச்சயித்துக் கொண்டாள்...

இங்ஙனம் நான் மிகவும் ரஸமாகக் கதை வாசித்துக் கொண்டிருக்கையிலே நூற்று முப்பத்தேழு பேய்கள் சேர்ந்து ஏக காலத்திலே கதவை யிடிப்பதுபோல், வாயிற் கதவு படபடா! படபடா! என்று சத்தங் கேட்டது. திடுக்கிட்டெழுந்து சாளர வழியே "யார் கதவைத் தட்டுவது?" என்று உச்ச ஸ்தாயியிலே கேட்டேன், எதிர் சத்தம்:

"நான்தான் வேணு முதலியார். என்னுடன் கடோற்கசனும் இன்னும் மூன்று சிநேகிதர்களும்" என்றது. "வேணு முதலியா! இந்த நேரத்தில்-பேய்களெல்லாம் ஸந்தியாவந்தனம் பண்ணப் புறப்படுகிற சமயத்தில்-வந்த கதவைத் தட்டுகிறாயே! உனக்குப் பயித்தியமா?" என்று கேட்டேன். அப்போது வேணு முதலியார் சொல்லுகிறார், "நான் மாத்திரமில்லை, ஐயரே, நானும் என்னுடன் நான்குபேரும் இருக்கிறோம். எங்கள் அத்தகை பேருக்கும் பயித்திரம்-நீர் மாத்திரம் புத்திசாலியா? கதவைக் கீழே வந்து திறவும். ஏதோ முக்கியமான காரியம் இருக்கக் கண்டுதான் வந்து கதவைத் தட்டுகிறோம். இல்லாவிட்டால் வருவோமா?" என்றார்.

"காரியத்தைச் சொல்" என்றேன். அப்போது வேணு முதலியார், "இங்கிருந்து சொல்ல முடியாது. நீர் தயவு செய்து இறங்கி வாரும்" என்றார். "சரி காலைச் சுற்றின பாம்பு கடித்தாலொழியத் தீராது. விதியைத் தள்ளினாலும் தள்ளலாம். வேணு முதலியாரை விலக்க நம்மால் முடியாது. தவிரவும் நமக்கும் தூக்கம் வரவில்லை. இவர் ஏதோ செய்தி கொணர்ந்திருப்பார். அதைக் கேட்கும்போது, போதுபோக்க இடமுண்டாகும்" என்று யோசனை பண்ணிக் கீழே இறங்கிப் போய்க் கதவைத் திறந்தேன். பளிச்சென்று என் கண்களில் யாரோ துணியை வரிந்து கட்டினான். ஒருவன் என் வாய்க்குள்ளே துணியைச் செலுத்தினான். ஒருவன் கையைக் கட்டினான். மற்றொருவன் காலைக் கட்டினான். கண்மூடித் திறக்கு முன்னே என்னைக் குண்டுக்கட்டாகக் கட்டி ஒரு குதிரை வண்டிக்குள் தன் வசமின்றிப் போட்டார்கள். குதிரை வண்டி வாயு வேகமாகப் பறக்கிறது. வண்டி ஓடும்போதே என்மனதில் யோசிக்கலானேன்.

"ஐயோ! என்ன செய்வோம்! வேணு முதலியாரின் குரலைப்போல் தானே யிருந்தது. அவர் நமக்குத் தீங்கு செய்ய மாட்டாரே! இப்போதொன்றும் தெரியவில்லையே! கண்களை அடைத்து விட்டார்களே! வாய் பேச வழியில்லையே! நான் அசையவொட்டாமல் நெஞ்சில் அழுத்திக் கொண்டிருக்கிற பாதகன் யாரென்பதும் தெரியவில்லையே! என்ன செய்வோம்! நம்மை எங்கே கொண்டு போகிறார்கள்!-தெய்வமே, நம்மை இவர்கள் கொன்று போடுவார்களோ? என்னவோ தெரியவில்லையே! போனால் போகிறது போ-செத்தால் செத்துப் போவோம்! நாம் செத்தால் காடெல்லாம் எலும்பாய் விடுமோ? போனால் போகிறது. மனமே, சும்மா இரு. அடடா!

நாம் செத்தால் இந்தக் குழந்தைகளும் பெண்டாட்டியும் எப்படி ஜீவிக்கும்? அடபோ. அதெல்லாம் வீண் கதை! எல்லா உயிர்களையும் தெய்வந்தானே காப்பாற்றுகிறது. நாம் செத்ததினாலே இந்தக் குழந்தைகளுக்கு யாதொரு பிரமாதமும் நேரிட்டு விடாது. ஒரு மாசம் அழும். அப்பால் அப்பா இருந்தார், மொத்தத்திலே நல்லவர் என்று கதை சொல்லிக்கொண்டு சௌக்கியமாகவே இருக்கும். நம்முடைய பிதா செத்துப் போனாரே, நாம் உடன்கட்டை ஏறினோமா? மேலும் இவர்கள் நம்மைக் கொல்வார்களென்பது தான் நிச்சயமா? எங்கேனும் கொண்டுபோய் அடைத்து வைத்திருப்பார்களோ என்னவோ? ஐயோ! அடைத்து வைத்தால் என்ன செய்வோம்? அடபோடா! செய்வதென்ன? சும்மாவிருப்போம். நல்லதுதானே! சோறு அவன் போடுவான். நமது பாடு மஜா. பாட்டுப் பாடிக்கொண்டு யாதொரு வேலையுஞ் செய்யாமல் ஷோக்காகவே இருக்கலாம். சித்திரவதை பண்ணுவார்களோ, என்னவோ! ஏனடா, நம்மை அப்படிச் செய்கிறான்? நம்மை யாரும் ஒன்றுமே செய்ய மாட்டார்கள். நாம் எவனுக்காவது தீங்கு நினைத்தாலன்றோ, நமக்கொருவன் தீங்கு நினைப்பான்? நாம் சும்மா இருக்கும்போது நமக்கேன் பிறர் தீங்கு செய்கின்றார்கள்? அது நடக்காது. நம்மை அனாவசியமாக ஹிம்சிக்க மாட்டார்கள்... பின்

எதற்காகத்தான் கொண்டு போகிறார்கள்? அதிலும் இப்படி அப்ராக்கிருதமான அவஸ்தைக்குட்படுத்தி நம்மைக் கொண்டு போவார் ஹிம்சைக்கில்லாமல் ஸீமந்த கலியாணத்துக்கா இப்படி அழைத்துக் கொண்டு போவார்கள்?" என்று பலவிதமாக எண்ணினேன். அப்போது திடீரென்று வண்டி நின்றது.

(பூர்வ கதை: பாதியிரவில் என் வீட்டுக் கதவை யாரோ இடி இடியென்றிடிக்க நான் யாரென்று கேட்க, வேணு முதலியும் சில நண்பர்களும் என்று எதிர் உத்தரம் வர, நான் கீழே போய்க் கதவைத் திறக்க, அப்போது அங்கு வந்திருந்தோரை நான் பார்க்கு முன்னாகவே, அவர்கள் பளிச்சென்று என் கண்களைக் கட்டிக் குதிரை வண்டியில் போட்டுக்கொண்டு செல்ல, நெடுந்தூரம் போன பின்பு குதிரை வண்டி சடேலென்று நின்றது.)

மேலே கதை சொல்லுகிறேன். ஆச்சரியமான கதை, ஜாக்கிரதையுடன் கேளுங்கள்.

என்னை ஒருவன் வந்து பந்தைத் தூக்குவது போலே கையில் தூக்கிக் கொணடான். தெய்வ கிருபையால் அவர்கள் என் செவியைக் கட்டவில்லை. சத்தங்கள் செவிப்பட்டன. குதிரையை வண்டியிலிருந்து அவிழ்த்து சமீபத்தில் கொண்டு கட்டினார்கள் என்று சில ஒலிக் குறிப்புகளாலே தெரிந்து கொண்டேன். என்னைத் தூக்கிக் கொண்டு போய்க் கண்ணை அவிழ்த்தபோது பார்க்கிறேன், சுமார் நூறு தீவட்டிகள் கைக்கொணடு சுமார் நூறு கன்னிப்பெண்கள் வரிசையாக நிற்கிறார்கள். எதிரே ஒரு பொன்னாசனம் போட்டிருந்தது. அதன் மேலே கந்தை யுடுத்துக் கருந்துணி போர்த்துத் தலைமொட்டையாய், முகம் நரைத்தும், புகையிலைச் சுருட்டுப் பிடித்துக் கொண்டு ஒரு பரதேசி உட்கார்ந்திருந்தார்.

அவரைச் சுற்றி அநேகம் சாமியார்கள் நின்றிருக்கிறார்கள். கையை உயரத் தூக்கி அப்படியே பல வருஷம் வைத்துக் கொண்டிருந்தபடியால், கை மரம்போல் அசைக்க முடியாமல் போன சந்நியாசிகளும் காவி யுடுத்தவர்களும் கந்தை தரித்தவரும், சடை நீட்டினவரும், மொட்டையடித்தவரும், நிர்வாண ரூபமாக நிற்போரும் இங்ஙனம் பல பல வகைகளில் சுமார் முப்பது சந்நியாசிகள் இருந்தார்கள். வேணு முதலியாரைக் காணவில்லை. என்னை இவர்களில் சிலர்தான் தூக்கிக்கொண்டு வந்திருக்க வேண்டுமென ஊகித்துக் கொண்டேன். அங்ஙனம் கொண்டு வந்தோரில் ஒருவன் வேணு முதலியார் போலே பொய்க் குரல் காட்டி என்னை வஞ்சனை செய்து விட்டானென்பதையும் உணர்ந்து கொண்டேன்.

ஆதலால், மிகுந்த கோபத்துடன் நான் பொன்னாசனத்தில் வீற்றிருந்த பண்டாரத்தை நோக்கி, "யாரடா நீ! என்னை ஏன் இந்த நின் சேவகர் மூலமாக

இங்கு கொணர்வித்தாய்?" என்று கேட்டேன். அப்போது அந்த சந்நியாஸி, "பாரடா!" என்று சொல்லித் திரும்பி வட திசையைக் காட்டினான். அவன் கிழக்கைப் பார்க்க உட்கார்ந்திருந்தான். அந்த ராத்திரியில் உனக்குத் திசை எப்படித் தெரிந்ததென்று கேட்பீர்களே? அந்தப் பண்டாரஞ் சொன்னான்: "வட திசையைப் பார், அங்கே எரிகின்ற சிதைகளைக் கண்டாயா?" என்றான். அங்கு பார்த்தேன். முப்பது நாற்பது பிணங்கள் வரிசையாக அடுக்கி எரிந்து கொண்டிருந்தன. பாதி ராத்திரியில் அந்தப் பண்டாரங்களின் கூட்டத்தைப் பா'க்கும்போதே எனக்குப் பயமாக இருந்தது. அந்த இரவிலே இந்த முப்பது நாற்பது பிணங்கள் எரிவதையும் சேர்த்துக் காட்டினபோது நான் பயந்து நடுங்கிப் போனேன். அந்தப் பண்டாரம் கொல்லென்று சிரித்தான்.

உடனே அந்த நூறு தீவட்டிகள் கொண்டிருந்த நூறு கன்னிப் பெண்களும் பாடத் தொடங்கினார்கள். தேவகானம் அமிர்த வருஷம். இன்னிசைக் கடல். இன்பக் காட்டுத் தீ-அந்த மாதிரிப் பாட்டு நான் கேட்டதே கிடையாது. அவர்கள் பாடிய பாட்டு திருவாசகம்.

நெறியல்லா நெறிதன்னை
நெறியாக நினை வேனைச்
சிறு நெறிகள் சேராமே
திருவருளே சேரும் வண்ணம்
குயி யொன்று மில்லாத
கூத்தன் தன் கூத்தை யெனக்
கறியும் வண்ண மருளிய வா
றார் பெறுவாரச்சோ வே!
• • •
ஆர் பெறுவார் அச்சோவே!
அறியும் வண்ணம் அருளிய ஆறு
ஆர் பெறுவார்? அச்சோ! ஏ!
அறியும் வண்ணம் அருளிய ஆறு
ஆர் பெறுவார் அச்சோ! ஏ!

இந்த வரியைப் பல்லவியாகப் பாடிக்கொண்டு அந்த நூறு பெண்களும் குதிக்கத் தொடங்கினார்கள். பாட்டைத் தேவகான மென்றேன். இந்தக் கூத்தை யெங்ஙனம் வர்ணிப்பேன்! சக்தி நாடகம். விஷ்ணுவின் சித்த லோகம். கண்ணன் கண்ட கனா.

சிறிது நேரத்துக்கெல்லாம் கூத்து முடிந்தது. பெண்கள் மறைந்துவிட்டனர்.

தீவட்டி யொளி குறைந்தது. நாலு தீவட்டிகள் மிஞ்சின. அவற்றை நான்கு வலக்கை தூக்கிப் பரதேசிகள் இடக்கையிலே தூக்கி நின்றனர்.

பண்டாரம் சொல்லுகிறான்! எந்தப் பண்டாரம் சொல்லுகிறான்? பொன்னாசனத்தின்மீது வீற்றிருந்த தலைப் பண்டாரம் சொல்லுகிறான்:

"வாப்பா! காளிதாசா, பயப்படாதே. தரையின் மேல் உட்கார்ந்து கொள். மனதைக் கட்டு. மூச்சை நேராக்கு. ஒன்றும் குடிமுழுகிப் போய் விடவில்லை. நீ செய்த நூல்கள் சில நாம் பார்த்திருக்கிறோம். 'கடலெதிர்த்து வந்தால் கலங்க மாட்டோம். தலைமேல் இடி விழுந்தால் தளர மாட்டோம்; எங்கும் அஞ்சோம்; யார்க்கு மஞ்சோம்; எதற்கு மஞ்சோம்; எப்போதும் அஞ்சோம்" என்று நீ பாடினதை நான் நேற்று ஒரு புஸ்தகத்தில் பார்த்தேன். நீ உண்மையான அனுபவத்தைச் சொன்னாயா, அல்லது வெறுங் கற்பனைதானா என்பதை அறியும் பொருட்டாக நான் உன்னை இங்கே கொணர்வித்தேன். நீ பயப்படுகிற அளவு ஆற்காட் நவாப் கூட பயந்தது கிடையாது. ஆற்காட் நவாப் சங்கதி தெரியுமா? கிளைவ் ஒரு வாயில் வழியே கோட்டைக்குள் புகுந்து பார்த்தபோது நவாப் மற்றொரு வாயில் வழியே வெளியேறி விட்டாராம். உள்ளே போனால் கிளைவ் யாருடன் சண்டை போடுவார்? அவர் பாட்டிலே போய் ஷோக்காகக் கோட்டைக்குள் பீரங்கி சகிதமாக இருந்து கொண்டு கோட்டை கொத்தளங்களைச் சீராக்கித்தான் அதை வைத்துக் கொண்டாரென்று கேள்வியுற்றதுண்டு. நீ அந்த ஆற்காடு நபாவினிடமிருந்த பிராமணச் சோதிடரின் வம்சத்தில் பிறந்தாயோ? ஆற்காட்டு பயம் பயப்படுகிறாயே! மூடா, ஆறுதலடை."

அந்தப் பரதேசி பின்னும் சொல்லுகிறான்: "மனுஷ்ய வாழ்க்கை சதமில்லை. பிறப்பை உடனே ஒழி. மண்ணில் பிறக்காதே. வானத்தில் ஏறு. சந்திர கலைகளில் உண்டாகும் அமிர்தத்தைப் பானஞ்செய்யும் யோகி ஒருவன் தான் உன் பாட்டில் கண்டபடி பயப்படாமலிருக்க முடியும். அதை விட்டு நமக்குத்தான் அகல வெழுதத் தெரியுமென்று நீ கிறுக்கித் தள்ளிவிட்டாய். குண்டலினி அக்கினியைத் தலைக்குக் கொண்டுபோ. அப்போது அமிர்த கலசமொழுகும். அந்த அக்கினியும் அமிர்தமும் ஒன்றாய் இன்ப வெள்ளத்திலே நீந்தலாம். இன்பமிருந்தால் பயமில்லை. இன்பமில்லாதபோது பயம் இயற்கையிலே வரும். இருவினைக் கட்டை அறு. நன்மை தீமையென்ற குப்பையைத் தொலையிலே தள்ளு. எல்லாம் சிவம் என்றறி. உன்னை வெட்டவரும் வாளும் சிவன். அதைக் கும்பிடு. உன்னை அது வெட்டாது. சரணாகதி தான் வழி. பொய் பேசாதே. தீங்கு கருதாதே. பேய்க்குத் தீங்கு செய்யாதே. பகைவனுக்குத் தீமை நினைக்காதே. பகைவனையும் சிவனென்று கும்பிடு. பாம்பின் வாய்க்குள்ளே போய் விரலைவிட்டு ஓம் சிவாய நம என்று சொல். உன்னைக் கடிக்காது."

தலைமைப் பண்டாரம் பொன்னாசனத்தினின்றும் எழுந்து நின்றான். அப்போது அங்கே ஒரு சங்கொலிப் பண்டாரம் 'பம்' 'பம்' 'பம்' என்று சங்கெடுத்து ஊதினான். மற்றொரு சடைப் பண்டாரம் கண, கண, கணவென்று மணியடித்தான். பிறகு பண்டாரங்கள் அத்தனை பேரும் சேர்ந்து பின்வரும் பாட்டைப் பாடினார்கள்.

வையகத்தே சடவஸ்து வில்லை,
மண்ணுங் கல்லும் சடமில்லை,
மெய்யுரைப்பேன் பேய் மனமே
மேலுங் கீழும் பயமில்லை!-
பையப் பையத் தேரடா!
படையும் விஷமுங் கடவுளடா!
பொய்யு மெய்யுஞ் சிவனடா!
பூமண்டலத்தே பயமில்லை!

சாவு நோவுஞ் சிவனடா!
சண்டையும் வாளுஞ் சிவனடா!
பாவியு மேழையும் பாம்பும் பசுவும்
பண்ணுந் தானமுந் தெய்வமடா!

எங்குஞ் சிவனைக் காணடா!
ஈன பயத்தைத் துரத்தடா!
கங்கைச் சடையா, காலன் கூற்றே
காமன் பகையே வாழ்க நீ!-

பாழுந் தெய்வம் பதியுந் தெய்வம்
பாலை வனமுங் கடலுந் தெய்வம்
ஏழு புவியும் தெய்வம் தெய்வம்
எங்குந் தெய்வம் எதுவுந் தெய்வம்.

வையகத்தே சடமில்லை,
மண்ணுங் கல்லுந் தெய்வம்
மெய்யுரைப்பேன் பாழ் மனமே
மேலுங் கீழும் பயமில்லை!-

இந்தக் கண்ணிகள் அந்தப் பண்டாரங்கள் பாதியிரவில் பாடுவதை அந்த ஸ்மசானத்தில் பாடக் கேட்டபோது எனக்கு மயிர்ச் சிலப்புண்டாயிற்று. அப்போது தலைமைப் பரதேசி என்னை நோக்கிச் சொல்லுகிறான், "காளிதாசா,

அடே! அந்தப் பெண்கள் தீவட்டி வைத்துக் கொண்டு பாட்டுப் பாடி ஆட்டமாடிப் போயினரே. அவர்கள் யார், நீ அறிவாயா?" என்றான்.

"அறியேன், அவர்கள் யார் சொல்லு" என்றேன். "அவர்கள் அத்தனை பேரும் பேய்கள். இங்கு மாறுவேஷம் பூண்டு உனக்கு வேடிக்கை காட்டும் பொருட்டுத் தருவித்தேன்" என்றான்.

"நீ யார்?" என்று கேட்டேன்.

"நான் இந்தச் சுடுகாட்டிலுள்ள பேய்களுக்கெல்லாம் தலைவன்" என்றான்.

----

28. தராசு

இவ்வுலகமே ஈசனுடைய 'விளையாட்டு'. உலகத்தை அறிய வேண்டுமானால் விளையாட்டுப் பழக்கமும் வேண்டும்... எழுதும் விஷயங்களுக்கு என்ன மகுடம் ஏற்படுத்தலாமென்ற யோசனையுண்டாயிற்று. பலவிதமான செய்திகளையும் கலந்து பேச நேரிடுமாதலால் "பலசரக்குக் கடை" என்று மகுடமெழுத உத்தேசித்தேன். அது அதிக விளையாட்டாக முடியுமாதலால் விட்டுவிட்டேன். எனக்கும் ஒரு செட்டியாருக்கும் சிநேகம்; அவரைப்போல் நாம் ஒரு பலசரக்குக் கடை வைத்தால் அவருக்குக் கோபம் ஏற்படுமென்று கருதி அந்த மகுடத்தை விலக்கினேன். ...."தராசு" என்று பொதுப்படையாகப் பெயர் வைத்திருக்கிறேன். எல்லா வஸ்துக்களையும் நிறுத்துப் பார்க்கும் எல்லாச் செட்டியார்க்கும் இதனால் உதவியுண்டு. எந்தச் செட்டியாரும் நம்மிடம் மனஸ்தாபங் கொள்ள இடமிராது.

1

சுதேச மித்திரன் 25.11.1915

ஐரோப்பிய வைத்தியம் சிறந்ததா? நாட்டு வைத்தியம் சிறந்ததா?

ஐரோப்பிய வைத்தியத்தின் சார்பாக இருப்போர் சொல்லுகிறார்கள்:- "எங்கள் வைத்தியம் சயன்ஸ்படி நடத்தப்படுகிறது. (சயன்ஸ் என்பது தற்காலத்து ஐரோப்பிய இயற்கை சாஸ்திரம்). 'உடலுக்குள் என்னென்ன கருவிகள் உண்டு? அவை எப்படி வேலை செய்கின்றன?' என்ற விஷயம் நாட்டு வைத்தியருக்குத் தெரியாது. தொற்று வியாதிகளுக்கு ஆதாரமான, கண்ணுக்குத் தெரியாத துளிப்பூச்சிகளின் செய்தியெல்லாம் நாட்டு வைத்தியர் படித்ததில்லை. மருந்துகளின் தொழில் மர்மங்களெல்லாம் நன்றாகத் தெரியவேண்டுமானால் ரசாயன சாஸ்திரம் கற்றிருக்க வேண்டும். நாட்டு வைத்தியருக்கு அந்த சாஸ்திரம் தெரியாது. நாட்டு வைத்தியத்தால் ஜனங்கள் பிழைப்பது ஒரு அச்சரியமேயன்றி வேறில்லை".

நாட்டு வைத்தியத்தின் கட்சியார் சொல்லுகிறார்கள்:- "அந்த ஐரோப்பிய சாஸ்திரங்களையெல்லாம் ராஜாங்கத்தார் எளிய தமிழில் மொழி பெயர்த்து வெளியிடுவார்களானால் நாங்கள் படித்துக் கொள்ளுவதில் ஆட்சேபமில்லை. ஆனால் வைத்தியனுக்கு முக்கியமாக வேண்டியது நோய் தீர்த்துவிடுதலே. இதில், இந்த தேசம் சம்பந்தப்பட்டவரை, ஐரோப்பிய வைத்தியரைக் காட்டிலும் எங்களுக்கு அதிகத் திறமையுண்டு. எங்களுடைய பூர்வீக மருந்துகளே இந்த தேசத்து சரீர நிலைக்கு அனுகுணமாகும்; இதை வேண்டுமானால் சோதனை செய்து பார்க்கலாம்".

எனது நண்பர் ஒரு யோகீச்வர் இருக்கிறார். அவரிடம் இந்த இரண்டு கட்சிகளையும் சொன்னேன். அவர் சொல்லுகிறார்:- "ஒருவனுக்கு வியாதிகள் வராதபடி தடுத்துக் கொள்வது நலம். தன்னை மீறி வந்தால்-நல்ல காற்று, நல்ல நீர், நல்ல வெளிச்சம், சுத்தமான உணவு, இயன்றவரை சரீர உழைப்பு, மனோதைரியம், சந்தோஷம் இவற்றால் பெரும்பான்மையான நோய்கள் இயற்கையிலேயே சொஸ்தமாய் விடும். வைத்தியர் அவசியமென்ற ஸ்திதிக்கு வந்துவிட்டால் பிறகு தெய்வ பலமுள்ளவர்கள் நிச்சயமாகப் பிழைப்பார்கள். சாகத்தான் வேண்டுமென்று தீர்ந்தால், அயல்நாட்டு மருந்தினால் சாவதைக் காட்டிலும், நாட்டு முறைப்படி சாவது நல்லது.

"நாட்டு வைத்தியம்" என்ற பேச்செடுத்ததிலிருந்து எனக்கு வேறொரு செய்தி யோசனைக்கு வருகிறது.

நமது ஜனங்களுடைய உடம்பைப் பற்றிய வியாதிகளுக்கு மருந்து கொடுப்பதைப் பற்றிப் பேசினோமா? அதிலிருந்து, நம்மவர்களின் ஆத்மாவைப் பற்றிய வியாதிகளுக்கு மருந்து கொடுக்கும் பெரிய வைத்தியத்தின் விஷயம் ஞாபகத்துக்கு வந்துவிட்டது.

'இந்த உலகத்து மேன்மைகளெல்லாம் அநித்யம். ஆகையால் நமக்கு வேண்டியதில்லை. செல்வத்தையும் கீர்த்தியையும் தேடி முயற்சி செய்பவன் அஞ்ஞானத்தில் அழுந்திக் கிடக்கிறான். நாம் ஆத்மலாபத்தை விரும்பி இவ்வுலகத்தை வெறுத்துத் தள்ளி விடவேண்டும்" என்பது ஒருமுறை.

மடங்களிலேயும், காலசேபங்களிலும், பஜனைக் கூட்டங்களிலும் புராண படனங்களிலும் மதப் பிரசங்களிலும், பிச்சைக்காரர் கூட்டத்திலும், வயது முதிர்ந்தோர் சம்பாஷணைகளிலும்-எங்கே திரும்பினாலும், நமது நாட்டில் இந்த "வாய் வேதாந்தம்" மலிந்து கிடக்கிறது.

"உலகம் பொய்; அது மாயை; அது பந்தம்; அது துன்பம்; அது விபத்து; அதை விட்டுத் தீரவேண்டும்" இந்த வார்த்தை தான் எங்கே பார்த்தாலும் அடிபடுகிறது. ஒரு தேசத்திலே படித்தவர்கள், அறிவுடையோர், சாஸ்திரக்கார் எல்லோரும் ஒரே மொத்தமாக இப்படிக் கூச்சலிட்டால், அங்கே லௌகிக காரியங்கள் வளர்ந்தேறுமா? மனம்போல வாழ்க்கையன்றோ?

பூர்வமதாச்சார்யர் 'பாரமார்த்திக' மாகச் சொல்லிப்போன வார்த்தைகளை நாம் ஓயாமல் லௌகிகத்திலே சொல்லிக் கொண்டிருப்பது சரியா? வெகு ஜனவாக்கு நமது தேசத்தில் பலித்துப் போய் விடாதோ? இகலோகம் துன்பமென்றும் நம்பினால், அது துன்பமாகத் தான் முடியும். இந்த உலகம் இன்பம். இதிலுள்ள தொழில். வியாபாரம், படிப்பு, கேள்வி, வீடு, மனைவி

மக்கள், எல்லாவற்றிலும் ஈசன் அளவிறந்த இன்பத்தைக் கொட்டி வைத்திருக்கிறான். விதிப்படி நடப்போர் இந்த ஸுகங்களை நன்றாக அனுபவிக்கிறார்கள். ஈசனுடைய விதி தவறும் கூட்டத்தார் துன்பமடைகிறார்கள்.

* * *

"வேதாந்தம்" மற்றொரு சமயத்திலே பார்த்துக் கொள்வோம். "சட்டசபை" சங்கதியொன்று பேசலாம். சேலத்து ஸ்ரீ நரசிம்மையர். சிறு பிள்ளைகள் சுருட்டுக் குடிப்பதைக் குறைக்க வேண்டுமென்று சென்னைப் பட்டணம் சட்டசபையில் பேசப் போவதாகத் தெரிகிறது. இந்த விஷயத்தை மேற்படி வழக்கமுடைய ஒரு சிறு பிள்ளையிடம் நான் சொன்னேன். "என்ன சட்டந்தான் கொண்டு வரட்டும். நான் சுருட்டுப் பிடிப்பதை அவர்களாலே தடுக்க முடியாது" என்று அந்தப் பிள்ளை சொல்லுகிறான். புகையிலை ஆகாரத்தைக் குறைத்து விடுமென்று வைத்திய சாஸ்திரம் சொல்லுகிறது. அப்படியிருந்தும், அதை வழக்கமாகக் கொண்டவர்கள் விட மனமில்லாமலிருக்கிறார்கள். ஆனாலும், புகையை நம்பி உணவை வெறுக்கும் மனிதர்களை இந்த ஒரு விஷயத்தில் தானாபார்க்கிறோம்?

2

"ஒட்டகத்துக்கு ஓரிடத்திலா கோணல்? தமிழ்நாட்டிற்கு ஒரு வழியிலா துன்பம்?"

சென்ற வாரம் சென்னப்பட்டணம் கந்தசாமி கோயில் வசந்த மண்டபத்தில், சாது மகா சங்கத்தாரின் ஏற்பாட்டிலே ஒரு கூட்டம் நடந்தது. அதிலே, சுவாமி அத்புதாநந்தர் என்பவர் ஒரு நேர்த்தியான உபந்யாசம் செய்ததாகத் தெரிகிறது.

சுவாமி சொல்லியதன் சுருக்கம்:-"மத விஷயங்களில் நமது முன்னோர் மிகவும் உயர்ந்த ஆராய்ச்சிகள் செய்து வைத்திருக்கிறார்கள். இவற்றை நாம் நன்றாகத் தெரிந்து கொண்டு உலகத்தாருக்கெல்லாம் உபதேசம் செய்ய வேண்டும். இவ்விஷயத்தில் அமெரிக்கா ஐரோப்பா முதலிய வெளி தேசத்தார் நமது உதவியை எதிர்பார்த்து நிற்கின்றனர்."

இனி, "மதவிஷயங்கள்" என்பவை பரமார்த்திக உண்மைகளாம்; அதாவது ஐம்புலன்களுக்கெட்டாத, சுத்த அறிவினால் காணுதற்குரிய, தெய்விக உண்மைகள்; இவை ஞானம், பக்தி, யோகம் என்னும் வழிகளிலே கிடைப்பனவாகும். இவற்றை நமது முன்னோர் பெரியபாடு பட்டுத் தேடித் தம்முடைய நூல்களிலே திரட்டி வைத்திருக்கிறார்கள். இந்தச் செல்வத்தை நாம் திறமையுடன் கையாண்டு உலகத்தாருக்கெல்லாம் வாரிக் கொடுத்து

இவ்வுலகத்தின் துன்பங்களையும், சிறுமைகளையும் அறியாமைகளையும் மாற்றி இதனை மேன்மைப்படுத்த வேண்டும்.

"தாம் இன்புறுவது உலகு இன்புறக் கண்டு
காமுறுவர் கற்றறிந்தார்."

என்று திருவள்ளுவர் சொல்லியபடி, இ•தே ஸ்வாமி அத்புதாநந்தருடைய கருத்தாகும். இதை நான் பரிபூர்ணமாக அங்கீகாரம் செய்து கொள்ளுகிறேன். ஆனால், நமது ஆசையை இவ்வளவுடன் நிறுத்தி விடலாகாது. லௌகிக விஷயங்களிலும் நமது உதவியை உலகம் வேண்டித்தான் நிற்கிறது. இதை நாம் மறந்து விடலாகாது. நமது முன்னோர் பாரமார்த்திகச் செய்திகளில் மாத்திரமே நிகரற்ற மேன்மையடைந்திருந்ததாக நினைத்துவிடலாகாது. இகலோக அறிவிலும் ஆச்சரியமான உயர்வு பெற்றிருந்தார்கள். பல தேசங்களையும் அவற்றின் பலவித சாஸ்திரங்களையும், நன்றாக அறிந்த எனது நண்பரொருவர் ஐரோப்பாவில் மகா கீர்த்தி பெற்றிருக்கும் யவனத்துச் (கிரேக்க தேசத்துச்) சிற்பத்தைக் காட்டிலும் நமது புராதனச் சிற்பம் மேம்பட்டதென்று கருதுகிறார். இதை வெளியுலகத்தாருக்கு விளங்கச் செய்வேண்டுமென்ற நோக்கத்துடன், ஸ்ரீ ஆனந்த குமாரசாமி முதலிய வித்வான்கள் மிகவும் உழைத்து வருகிறார்கள். ஆனால் இதை இங்கு நமது தமிழ் நாட்டிலே வாழும் ஜனங்களுக்கு விளங்கக் காட்டுவார் யாரையும் காணவில்லை. பல தேசத்து சங்கீதங்களையும் நான் ஒருவாறு ஒப்பிட்டுப் பார்த்திருக்கிறேன். நமது புராதன சங்கீதத்துக்கு நிகரானது இவ்வுலகத்தில் வேறெங்குமில்லை என்பது என்னுடைய முடிவு. கவிதை விஷயத்திலும் இப்படியே.

இனி கணிதம், ரசாயனம் முதலிய வேறு பல சாஸ்திரங்களும் நமது தேசத்திலே தான் முதலில் வளர்ச்சி பெற்றவையாகும்.

* * *

நாம் இகலோகத்து அறிவிலும் மேம்பாடு பெறவேண்டும். தெரியாத சாஸ்திரங்களின் ஆரம்பங்களைப் பிறரிடமிருந்து கற்றுக்கொள்ள வேண்டும். பிறகு அவற்றை நமது ஊக்கத்தாலும் உயர்மதியாலும் மேன்மேலும் வளர்ந்து மீளவும் உலகத்தாருக்கு ஊட்ட வேண்டும். இகலோக வளர்ச்சியிலே நாம் தலைமை வகிக்க வேண்டும். அதற்கு நாமே தகுதியுடையோர்.

பம்பாயில் நடக்கப் போகிற காங்கிரஸ் சபைக்குப் பல ஊர்களிலிருந்து பிரதிநிதிகள் வருவதிலே சில மாதர்களும் பிரதிநிதிகளாக வரக்கூடுமென்று எதிர்பார்க்கப்படுகிறது. ஆண் பிரதிநிதிகளுக்கு வேண்டிய உதவிகள் செய்யும்

பொருட்டு தர்ம சேவர்களாக (வாலண்டியர்களாக) ஆண் பிள்ளைகள் முற்பட்டு வந்திருப்பது போலவே, பெண் பிரதிநிதிகளுக்கு வேண்டிய உபகாரங்கள் செய்வதற்காக தர்மசேவகப் பெண்கள் சிலர் முற்பட்டிருப்பதாகத் தெரிகிறது. இந்தப் புதுமை நமது தேசத்துக்குப் பெரியதோர் நன்மைக்குறியென்பது என்னுடைய கொள்கை.

* * *

அடடா! விளையாட்டுப் பேச்சை மறந்தல்லவோ போய்விட்டோம். யுவான் ஷி காய் சீன தேசத்துக் குடியரசுத் தலைவர்-காயாக இருந்தவர் பழுத்துக்கொண்டு வருகிறார். பூர்வ ராஜ வம்சத்தை ஒழிப்பதற்கு பகீரத பிரயத்தனங்கள் செய்து சீன தேசத்தார் குடியரசு நாட்டினார்கள். யுவான்-ஷி-காயின் பக்கம் சேனாபலம் இருந்தபடியால் அந்தக் குடியரசுக்கு இவர் தலைமை பெறுதல் சுலபமாயிற்று. நாட்பட நாட்பட, வெகு சீக்கிரத்தில், யுவான் மனதில் குடியரசை விட ராஜதிகாரமே சீனத்துக்குப் பொருந்திய ஏற்பாடாகுமென்று உதயமாயிற்று. உலகத்தாரெல்லாம் இவர் தாமே ராஜாவாகிவிட நினைப்பதாக நிச்சயித்தனர். இப்போது பழைய குமார ராஜாவுக்கு இவருடைய பெண்ணை மணஞ் செய்து கொடுப்பதாக வதந்தியேற்படுகிறது. எனவே சீனா தேசத்துக் குடியரசு இன்னும் எவ்வளவு காலம் ஜீவித்திருக்குமென்பதை நமது தேசத்து ஜோதிடர்கள் கண்டு பிடித்துச் சொல்லும்படி கேட்டுக் கொள்ளுகிறேன். அதன் ஜாதக விவரங்கள் சிலவேண்டுமானாலும் சொல்லுகிறேன்.

மேற்படி குடியரசுக்கு உச்சஸ்தானத்திலே இராகு இருக்கிறான். இரண்டாமிடத்திலே சனி. சனி சப்பாணியென்ற விஷயம் சகலருக்கும் தெரியும். மற்ற கிரகங்களெல்லாம் வக்கிரந்தான். இதற்கு நானே தீர்மானம் சொல்லிவிடக்கூடும். ஆனால், எனக்கு ஜோதிடத்திலே அரிச்சுவடி கூடத் தெரியாது.

***

செய்யூரிலிருந்து ஸ்ரீ மாதவய்யா ஒரு கிழவருடைய விவாகத்தின் சம்பந்தமாக எழுதியிருந்த கடிதம் சில தினங்களின் முன்னே "சுதேசமித்திரனி"ல் பிரசுரஞ் செய்யப்பட்டிருந்தது.

கிழவருக்கு வயது 70; அவருடைய தயா'ர் இன்னும் உயிரோடிருக்கிறாள். அந்தப் பாட்டிக்கு வயது 98. இந்தத் தாயாருக்கும் தமக்கும் உபசாரங்கள் செய்யும் பொருட்டுக் கிழவர் ஒரு பதினாறு வயதுக் குமரியை மணஞ் செயதுகொள்ளப் போகிறாராம். இதே கிழவரிடம் இதைத் தவிர இன்னும் 21 குமரிகள் ஜாதகம் வந்திருப்பதாகத் தெரிகிறது. கடைசியாக ஒருவாறு

தீர்மானஞ் செய்திருக்கிற பெண்ணுடைய தகப்பனார் பணத்தையும் விதியையும் ஜோதிடத்தையும் நம்பி வேலை செய்கிறார். தெய்வத்தை நம்புவதாகத் தெரியவில்லை. ஒட்டகத்துக்கு ஓரிடத்திலா கோணல்? தமிழ் நாட்டிற்கு ஒரு வழியிலா துன்பம்?

இன்று காலை நம்முடைய கடைக்கு ஒரு கவிராயர் வந்து சேர்ந்தார். வந்து, "வங்க தேசத்தின் மகாகவியென்று புகழ் பெற்றிருக்கும் ரவீந்திரநாத் டாகூர் செய்த "கீதாஞ்சலி" என்ற நூலில் சிறிய பாட்டொன்றைத் தமிழில் வசனமாக மொழிபெயர்த்திருக்கிறேன். சரிதானா என்று பார்க்க வேண்டும்" என்றார்.

"வாசித்துக் காட்டும்" என்றேன்.

"எங்கே மனதில் அச்சமில்லை; தலை நிமிர்ந்து நிற்கிறது; எங்கே அறிவுக்குக் கட்டில்லை;

எங்கே மனிதவுலகம் சிறிய வீட்டுச் சுவர்களால் துண்டு துண்டாகப் பிரிவுபடாதிருக்கின்றது;

எங்கே உண்மையின் ஆழத்திலிருந்து சொற்கள் நேரே புறப்படுகின்றன;

எங்கே ஓய்வில்லாத முயற்சி பரிபூரணத் தன்மையை நோக்கிக் கைநீட்டுகிறது;

எங்கே மதியாகிய தெளிந்த வாய்க்கால் செத்த வழக்கம் என்ற கொடிய பாலையின் மணலிலே மடியாது நீங்குகிறது;

எங்கே மேன்மேலும் விரிகின்ற கருத்திலும் செய்கையிலும் அறிவு மூண்டு செல்லும்படி நீ நடத்துகிறாய்;

அமரஸ்தானமாகிய அந்த ஸ்வதந்த்ர நிலையில், ஹே பிதா, எனது தேசம் கண்விழித்திடுக."

(குறிப்பு:- அமரஸ்தானம்-தேவலோகம் ஸ்வதந்த்ரம்-விடுதலை; பிதா-கடவுள்.)

"மொழி பெயர்ப்பிலே பிழையில்லை. ஆனாலும், இன்னும் சிறிது சுலபமான நடையில் இருக்கலாம்" என்று தராசு சொல்லிற்று.

* * *

"பூசனிக்காய் சங்கதி சொல்லட்டுமா?" என்று நண்பர் செட்டியார் கேட்டார்.

"அதென்னையா?" என்று எல்லாரும் வியப்புடன் செட்டியாரைக் கேட்டார்கள்.

செட்டியார் சொல்லுகிறார்:- "சில தினங்களின் முன்பு சென்னைப் பட்டணத்தில் பொருட்காட்சி பார்க்க பத்திரிகையின் மனிதரொருவர் போயிருந்தார். அங்கே சாமான்யமாகக் கிடைக்கக்கூடிய மிகவும் பெரிய பூசனிக்காயைக் காட்டிலும் அதிகப் பெரிதாகிய ஒரு பூசனிக்காய் இருந்தது. 'சாஸ்திர-எருப் போட்டதனால் இந்தப் பயன் உண்டாயிற்றென்று தெரிகிறது. ஒரு புல் முளைக்கிற இடத்தில் இரண்டு புல் முளைக்கும்படி செய்பவன் தேசத்துக்குப் பெரிய உபகாரி' என்று இங்கிலிஷ்காரர் சொல்வதுண்டு. 'தொகைக்குள்ளது அளவுக்கும் உண்டு' என்று அந்தப் பத்திரிகைக்காரர் சொல்லுகிறார். அதாவது, சிறிய இலை தரும் வாழையைப் பெரிய இலையைத் தரும்படி செய்பவனும் தேசத்துக்குப் பெரிய உபகாரியாவான். 'பெரிய பூசனிக்காய் மற்றப் பூசனிக்காய்கள் பார்த்துக் கொஞ்சம் வெட்கப்பட்டது போல விழித்தன. ஆனால் நமது பூர்வீகர்களிருந்த அளவு நமக்கும் போது என்ற ஒருவித வைதீகத் தோற்றமும் அந்தப் பூசனிக்காய்களின் முகத்திலே தென்பட்டது' என்று அந்தப் பத்திரிகைக்காரர் எழுதியிருக்கிறார்."

இவ்வாறு செட்டியார் சொல்லிக்கொண்டு போகையில், நான் அவரை நோக்கி:- "ஆமாங்கானும், அதற்கென்ன இப்போது? ஆலோசனைக்கு என்ன விஷயம் கொண்டு வந்திருக்கிறீர்?" என்று கேட்டேன்.

தராசு:- "சரி மேலே வியாபாரம் நடக்கட்டும்" என்றது.

"உங்க ஹிந்துக்களுடைய நாலு வேதத்துக்கும் பெயரென்ன?"' என்று ஜிந்தாமியான் சேட் கேட்டார்.

"ரிக், யஜுர், சாமம், அதர்வணம்" என்றேன். "எதுக்குக் கேட்கிறீர்?" என்று செட்டியார் கேட்டார். அதற்கு ஜிந்தாமாயின் சேட் சொல்வதானார்:- "கேள்விப்பட்டேன், நேற்றுப் பட்டணத்திலிருந்து ஒரு சாமியார் நம்ம கடைக்கு வந்திருந்தார். அவர் ஹிந்துக்களுடைய வேதம் மிகவும் பழைமையானது. அதிலும் நம்ம குரானைப் போலவே அல்லாவைத் தான் புகழ்ந்து பேசுகிறது. ஆனால் அல்லா என்கிறதுக்கு அவர்களுடைய பாஷையிலே ப்ரஹ்ம என்கிறார்கள். அதிலே ரிஷிகள் என்று பாடினவர்கள் அல்லாவினுடைய உண்மையை அறிந்தவர்கள்'. இன்னும் அந்த சாமியார் ஏதெல்லாமோ சொன்னார். அதிலிருந்து ஞபாகம் உண்டாயிற்று."

"வேதம் தமிழில் மொழி பெயர்த்திருக்கிறார்களோ?" என்று மற்றொருவர் கேட்டார்.

"இல்லை" என்றேன்.

"என்ன காரணம்? என்றார் கவிராயர்.

"அதற்குத் தகுந்த திறமையுடைய பண்டிதர்கள் இல்லை. ஒரு வேளை இருந்தாலும், அவர்கள் தொழில் செய்யவில்லை."

"ஆமாம் வேதத்துக்குப் பலவிதமாக அர்த்தஞ் சொல்லுகிறார்களாமே? என்ன காரணம்?" என்று செட்டியார் கேட்டார்.

"மற்றொரு முறை அந்த விஷயம் பேசுவோம். வேறேதேனும் வியாபாரமுண்டோ?" என்றேன்.

* * *

சயன்ஸ் என்பதென்ன?

ஐரோப்பிய இயற்கை நூலுக்கு இங்கிலீஷ் பாஷையில் சயன்ஸ் என்று பெயர்.

"ஐரோப்பிய இயற்கை நூல்" என்று தனியாக ஒரு சாஸ்திரமுண்டா?

அப்படியில்லை. அந்த சாஸ்திரத்திலே நம்மைக் காட்டிலும் அவர்கள் அதிகத் தேர்ச்சியடைந்திருக்கிறார்கள்.

அதிலே என்ன பயன் உண்டாகிறது,

புதிய விழி உண்டாகிறது.

புதிய விழி என்பதென்ன?

பூமண்டலத்தையும் சர்வத்தையும் பற்றிய புதிய அறிவு.

நமது பூர்வீகங்களுக்கு இல்லாத அறிவு இப்போது சாத்தியப்படுமா?

அதைப் பற்றிய பேச்சில்லை.

நமக்கு இதுவரை இல்லாத அறிவு இப்போது சாத்தியப்படுமோ?

"முற்படுக; எழுக;" என்றது தராசு.

* * *

சென்னை சட்டசபையிலே ஜனங்களுக்குச் சார்பான காரியஸ்தர்கள் சில நல்ல தீர்மானங்கள் செய்து வைக்க விரும்பினார்கள். அவற்றுள்ளே, "கட்டாயப்படிப்பு," "சர்க்கார் உத்தியோகமில்லாதவரை ஜில்லா போர்டுகளுக்குத் தலைவராக நியமித்தல்" முதலிய முக்கியமான அம்சங்களையெல்லாம் சர்க்கார் பக்கத்து ஸ்தானிகர்கள் எதிர்த்துப் பேசிப் பயனில்லாதபடி செய்துவிட்டார்கள்.

இந்த விஷயங்களையெல்லாம் என்னுடைய தராசிலே போட்டுப் பார்த்தேன். தராசுப் படிகள் கொள்ளவில்லை. இதையெல்லாம் ரயில்வே மூட்டைகள் நிறுத்தும் யந்திரத்தைப் போன்ற பெரிய நிறையயந்திரங்களில் போட்டுப் பார்க்க வேண்டும். இப்போது என்னுடைய வியாபாரம் அவ்விதமான பெரிய தராசு வாங்கக்கூடிய நிலையில் இல்லை.

***

"புதுக்கோட்டை ராஜா ஆஸ்திரேலிய மாதை விவாகம் செய்து கொண்டது சரிதானா?" என்று ஒரு நண்பர் என்னிடம் கேட்டார்.

"பெரிய மூட்டை; சீமை வியாபாரம்; நாட்டு வியாபாரத்துக்குத் தான் நம்முடைய தராசு உதவும். வேறு கடைக்குக் கொண்டு போம்" என்று ஜவாப் சொல்லி விட்டேன்.

"அது போனால் போகட்டும். அந்த ராஜா சமீபத்தில் ஒரு பிரசங்கம் செய்திருக்கிறார். அதில் நமது நாட்டு ஸ்த்ரீகளைக் கொஞ்சம் குறைவாகச் ¦'சல்லியிருப்பது போல என் புத்திக்குப் புலப்படுகிறது. 'ஹிந்து' பத்திரிகையில் இதைப் பற்றி ஒரு தந்தியிருக்கிறது. வாசித்துக் காட்டுகிறேன்" என்று அந்த நண்பர் சட்டைப் பையிலிருந்து ஒரு காகிதத்தை எடுத்தார்.

அவர் பின்வருமாறு படித்ததுக் காட்டினார்:- புதுக்கோட்டை ராஜா தமது பிரஜைகளுக்குச் செய்த பிரசங்கத்திலே சொல்லுகிறார்:- "என் குடிகளே, எனது பத்தினிக்கு நீங்கள் செய்த ராஜோபசாரத்தால் என்ன விளங்குகிறது? என்னையும், எனது ராஜ்யத்தையும் பற்றிய சகல விஷயங்களிலேயும் நீங்கள் எனது தீர்மானத்தை பக்தி விசுவாத்தடன் ஏற்றுக் கொள்ளத் தயாராக இருக்கிறீர்களென்பது தெளிவாகிறது. என்னையும் எனது ராணியையும் வரவேற்பதில் நீங்கள் செய்த ஆனந்த கோஷங்களினால் என்ன தெரிகிறது?

வைதிக ஆசாரங்களுக்கு விரோதமாகத் தோன்றக்கூடிய செய்கைகளிலேகூட நீங்கள் சிறிதேனும் திகைப்பில்லாமல் என்னிடம் ராஜபக்தி செலுத்துவீரகளென்று தெரிகிறது. சில வருஷங்களாக எனது விவாகத்தைப் பற்றி ஆழ்ந்த சிந்தனை செய்து கொண்டு வந்தேன். இன்னவிதமான பத்தினி இருந்தால் நான் நமக்குக் குடும்ப சந்தோஷமும், ராஜ்யபாரத்திலே உதவியும் உண்டாகுமென்பதைப் பற்றி என்னுடைய பயிற்சியிலிருந்தும், யாத்திரைகளிலிருந்தும் எனக்குச் சில விசேஷ அபிப்பிராயங்கள் ஏற்பட்டிருந்தன. நமது ஜன சமூகம் இப்போதிருக்கும் நிலைமையில் நான் விரும்பிய குணங்களுடைய ஸ்திரீ நமக்குள் அகப்படுவது சாத்தியமில்லையென்று கண்டேன். இதற்காக சுதேசிய அபிமானத்தின் வெளித்தோற்றத்தைக் கொஞ்சம் இழந்து விடுதல் அவசியமென்றும் நிச்சயித்தேன். 'சுதேசிய அபிமானத்தின் வெளித்தோற்றம்' என்று சொல்லுகிறேன். ஏனென்றால் எத்தனையோ அன்னிய தேசங்களிலே பிறந்தாலும் தாம் சுவீகாரம் செய்துகொண்ட தேசத்தாருடன் பரிபூர்ணமாக ஒற்றுமைப்பட்டுப போவதை நாம் அறிவோம். இத்தனை காலம் கழித்துக் கடைசியாக எனது அபீஷ்டங்களுக்கு இணங்கிய பத்தினியை எனக்கு ஈசன் அருள் செய்திருக்கிறார். எங்களிருவருடைய ஆட்சியிலே இந்த ராஜ்யம் முன்னைக் காட்டிலும் அதிக சேமத்துடனும் சந்தோஷத்துடனும் இருக்குமென்று நம்புகிறேன்" என்பதாக அந்த நண்பர் ஒரு மட்டில் வாசித்து முடித்தார்.

"சரி, அனுபவக் குறைவினால் சொல்லி விட்டார். அகல்யா பாயி முதலிய ஹிந்து ராணிகளைப் பற்றி அவர் தக்க ஆராய்ச்சி செய்ததில்லை" என்று ஜவாப் தெரிவித்தேன்.
"அடா, இப்போது கூட பரோடா மஹாராணி இல்லை?" என்று மற்றொருவர் குறுக்கிட்டார்.

"வேறு விஷயம் பேசுவோம்" என்று சொல்லிவிட்டேன்.

தீர்ப்பு எப்படியிருக்குமென்பதை நீங்களே ஊஹித்துக் கொள்ளலாம்.

4

நேற்று மாலை தராசுக் கடைக்கு சதுரங்க பட்டணத்திலிருந்து ஒரு மாத்வ (ராவ்ஜீ) வாலிபன் வந்தான். "தராசுக் கடை இதுதானா?" என்று கேட்டான். "ஆம்" என்றேன். என் பக்கத்திலிருந்த தராசை ஒரு கோணப் பார்வையாகப் பார்த்தான். கொஞ்சம் மீசையைத் திருத்திவிட்டுக் கொண்டான். மூக்குக்

கண்ணாடியை நேராக்கிக் கொண்டான். மனதுக்குள் ஏதோ இங்கிலீஷ் வார்த்தைகள் சொல்லிக் கொண்டான். என்னை ஒரு பார்வை பார்த்தான்.

"நான் கேட்கிற கேள்விக்கு விடை நீர் சொல்லுவீரா? இந்தத் தராசு சொல்லுமா?" என்று கேட்டான்.

"தராசு தான் சொல்லும்" என்றேன்.

நம்பிக்கை கொள்ளாதவன் போலே விழித்தான்.

"அப்படித்தான் சென்னப் பட்டணத்தில் கேள்விப்பட்டேன். ஆச்சரியமான தராசு! உமக்கெங்கே கிடைத்தது? தமிழ் தான் பேசுமோ? இங்கிலீஷ் தெரியாதாமே? 'வொன்-டர்-புல், வெரி, வெரி வொன்-டர்-புல்" என்று இங்கிலீஷில் கொண்டு சமாப்தி பண்ணினான்.

"நீ கேட்க வந்த விஷயங்களைச் சொல். வீணாக நேரம் கழிப்பதில் பயனில்லை" என்று நினைப்பூட்டினேன்.

அந்தப் பிள்ளையின் பெயர் வாஸ¤தேவராவ். வாஸ¤தேவராவ் சொல்லுகிறான்:- "வாலன்டீர் பட்டாளம் சேர்க்கிறார்களே, அந்த விஷயம் உம்முடைய தராசுக்குத் தெரிந்திருக்குமென்றே நினைக்கிறேன். எல்லாம் தெரிந்து எந்தக் கேள்வி கேட்டாலும் விடை சொல்லக்கூடிய மாயத் தராசுக்கு இது தெரியாமலிருக்குமா? 'அப்கோர்ஸ்' தெரிந்துதான் இருக்கும். அதிலே சேரலாமா? சேர்ந்தால் பயனுண்டா? இதுவரை நம்மவர்களுக்கு தளகர்த்த பதவி கொடுப்பதில்லையென்று வைத்திருந்த வழக்கத்தை மாற்றி இப்போது புதிய விதிப்படி நமக்கு ராணுவ உத்தியோகங்கள் கொடுக்கத் தயாராக இருக்கிறார்களென்று தெரிகிறது. இது நம்பத்தக்க செய்திதானா? நான் எப்படியேனும் நம்முடைய பாரத மாதாவுக்கு உழைக்க வேண்டுமென்ற கருத்துடனிருக்கிறேன். இந்த பட்டாளத்தில் நாம் சேர்வதானால் நமது தேசத்துக்கு ஏதேனும் நன்மையேற்படுமா என்ற விஷயம் என் புத்திக்கு நிச்சயப்படவில்லை. அதை உம்முடைய கீர்த்தி பெற்றதராசினிடம் ஆராயச்சி செய்ய வந்தேன்" என்றான்.

"ஆராய்ச்சியா?" என்று தராசு கேட்டது.

அதற்கு வாஸ¤தேவன் சொல்லுகிறான்:- "ஆம்! ஆராய்ச்சி; அதாவது பரியாலோசனை; இதை இங்கிலிஷில் கன்சல்டேஷன் என்று சொல்வார்கள். இங்கிலீஷ் பாஷையில் சொல்லக்கூடிய 'ஐடியாஸ்' நம்முடைய தாய்ப் பாஷைகளில் சொல்ல முடியவில்லை. 'நெவர்மைண்ட்'. அதுவே விஷயம்.

'கிப்ளிங்' என்ற இங்கிலீஷ் கவிராயர் சொல்வது போலே, 'அது மற்றொரு கதை'; நான் கேட்க வந்த விஷயத்துக்கு விடை சொல்ல வேண்டும்" என்றான்.

அப்போது நான் வாசுதேவனை நோக்கி, "நீ ஏன் கேட்கிறாய்? நீ பட்டாளத்தில் சேரப் போகிறாயா?" என்றேன்.

அதற்கு வாஸ¤தேவன்:- "ஆஹா! நான் சேர்வதென்றால் ஏதோ சாமான்யமாக நினைத்துவிட வேண்டாம். எனக்குச் சென்னப்பட்டணம் முதல் டின்னவெல்லி வரைக்கும் ஒவ்வொரு முக்கியமான ஊரிலும் சிநேகிதர் இருக்கிறார்கள். நான் சேர்ந்தால் அவர்களத்தனைபேரும் சேர்வார்கள்; நான் சேராவிட்டால் அவர்கள் சேர மாட்'ர்கள்" என்றான்.

தராசு கடகடவென்று சிரித்தது.

வாசுதேவனுடைய கன்னங்கள் சிவந்து போயின. மூக்குக் கண்ணாடியை நேரே வைத்துக் கொண்டான். மீசையைத் திருகினான். "வாட்இஸ் திஸ்!" இந்தத் தராசு என்னை நோக்கி ஏன் சிரிக்கிறது?" என்று மகா கோத்துடன் என்னை நோக்கிக் கேட்டான்.

அப்போது தராசு சொல்லுகிறது:- "முந்தி ஒரு தடவை ஒரு வக்கீல் என்னிடம் வந்து எனக்குச் சில ஞானோபதேசங்கள் செய்து விட்டுப் போனார். அதாவது, ராஜ்ய விஷயங்களைப் பற்றி நான் எவ்விதமாக அபிப்பிராயங்களும் சொல்லக்கூடாதென்றும், சண்டை சமயத்தில் ராஜ்ய விஷயங்களைப் பற்றி யாரும் ஒரு வார்த்தைகூடப் பேசாமலிருப்பதே நாம் இந்த ராஜாங்கத்தாருக்குச் செலுத்த வேண்டிய கடமையென்றும் பலமுறை வற்புறுத்திச் சொன்னார். நானும் அவர் சொல்வது முழுதும் நியாயமென்பதை அங்கீகரித்து, நம்மால் கூடியவரை இந்த ராஜாங்கத்தாருக்குத் திருப்தியாகவே நடந்துவிட்டுப் போகலாமென்ற எண்ணத்தால் அவருடைய சொற்படி நடப்பதாக வாக்குக் கொடுத்து விட்டேன். நீயோ, ராஜ்ய விஷயமான கேள்வி கேட்கிறாய். என்ன செய்வதென்று யோசனை பண்ணுகிறேன்" என்று தராசு சொல்லிற்று.

அப்போது வாசுதேவன்:- "நோ, நோ, நோ'; இல்லை. இல்லை. நீ என்னை கேலிபண்ணிச் சிரிக்கிறாய். நான் மதிப்புடன் கேட்க வந்தேன். உன்னுடைய குணம் எனக்குத் தெரியாமல் போய்விட்டது. போனால் போகட்டும்; நீ ரிசத்ததைப் பற்றி எனக்குப் பெரிய காரியமில்லை. உன்னைப் பொறுத்து விடுகிறேன். நான் கேட்க வந்த விஷயத்துக்கு விடை சொல்லு" என்றான்.

அதற்குத் தராசு:- "தம்பி, நான் உனக்கு பயந்து ஒன்றையும் மறைத்துப் பேசவில்லை. நீ கேட்க வந்த விஷயத்துக்கு மறுமொழி ஏற்கெனவே

சொல்லியாய்விட்டது. சிரித்தது உன்னைக் குறித்தே தான். அதில் சந்தேகமில்லை" என்றது.
"காரணமென்ன?" என்று வாசுதேவன் சினத்தோடு விசாரித்தான்.

"தேசத்துக்குச் சண்டை போடக்கூடிய வீரனாக உன்னைப் பார்க்கும்போது தோன்றவில்லை. சண்டையிலே சேர்கிறவன் இத்தனை ஆராய்ச்சியும், பரியாலோசனையும், கன்ஸல்டேஷனும் நடத்தமாட்டான். படீலென்று போய்ச் சேர்ந்துவிடுவான்" என்று தராசு சொல்லிற்று.

"என்னை நீ போலீஸ்கார¦ன்று நினைக்கிறாயா?" என்று வாசுதேவன் கேட்டான்.

"நான் அப்படிச் சொல்லவில்லை" என்றது தராசு.

"நான் போய் வரலாமா!" என்று வாசுதேவன் கேட்டான்.

"போய் வா" என்றது தராசு.

அவன் போன பிறகு தராசு என்னிடம் சொல்லுகிறது:- "இவன் உளவு பார்க்க வந்தவன், சந்தேகமில்லை. பட்டாளத்தில் சேர்ந்து தேசத்தைக் காப்பாற்றக்கூடிய யோக்யதையுடையவன் இத்தனை வீண் பேச்சுப் பேசமாட்டான். அவனுக்கு இத்தனை கர்வமிராது"

5

நேற்றுக் காலையிலே பொழுது விடிந்து இரண்டு நாழிகைக்கு முன்னே நமது ராசுக் கடைக்குச் சென்னப் பட்டனத்திலிருந்து ஒரு வக்கீல் வந்தார். இவருக்கு 40 வயதிருக்கும். ஜாதியிலே பிராமணர், சிவப்பு நிறம். உருளைக் கிழங்கைப் போலே நல்ல வட்டமான சதைப் பற்றிய முகம். நெற்றியிலே கோபீ சந்தனம். இலேசான தொப்பை. அதை மறைத்து 'அல்பகா' என்ற பட்டுத்துணியுடுப்பு. காலிலே இங்கிலீஷ் செருப்பு தலையிலே மஸ்லின் பாகை. தங்க விளிம்புடைய மூக்குக் கண்ணாடி உடுப்புப் ப¨யிலே தங்கக் கடியாரம், சங்கிலி முதலியன.

இவருக்குக் கண்ணிலே ஒரு குறை. சமீபத்திலிருக்கிற பொருள் நேரே தெரியாது; தூரத்திலேயிருப்பது தெரியும். எனவே, கண் முன்னே பெரிய தராசு தொங்க விட்டிருப்பதை இவர் காணாமல் கொஞ்சம் விலகியிருந்த நமது நண்பர் எலிக்குஞ்சுச் செட்டியாரை நோக்கித் திரும்பிக் கொண்டு:- "தராசே, தராசே, உன்னுடைய கீர்த்தி சென்னப் பட்டணமெல்லாம் பரவியிருக்கிறது.

உன்னிடம் சில கேள்விகள் கேட்கும்பொருட்டு வந்தேன். கேட்கலாமா?" என்றார்.

அதற்குச் செட்டியார்:- "நான் தராசில்லை. சாமி; நான் எலிக்குஞ்சு செட்டியார். அதோ கிழக்கே தொங்கவிட்டிருக்கிறதே, அதுதான் தராசு. பக்கத்திலிருக்கிறாரே, அவர்தான் தராசுக் கடை அய்யர்" என்றார்.

வக்கீல் கொஞ்சம் வெட்கமடைந்தார். நான் விஷயத்தை அறிந்து கொண்டு வேண்டிய உபசார வார்த்தைகள் சொல்லி முடித்த பிறகு தராசினிடம் வக்கீல் கேள்விகள் போடத் தொடங்கினார்:-

வக்கீல்:- "நமது தேசத்துக் காருண்ய கவர்ன்மெண்டார் நமக்கு எப்போது ஸ்வராஜ்யம் கொடுப்பார்கள்?"

தராசு:- "ஒவ்வொரு கிராமத்திலும் ஜனத் தலைவர் பள்ளிக்கூடங்கள் வைத்து, தேச பாஷைகளில் புதிய படிப்பு சொல்லிக் கொடுக்க ஏற்பாடுசெய்தால், உடனே கொடுத்துவிடுவார்கள்."

வக்கீல்:- "அது எப்போது முடியும்?"

தராசு:- நீர் போய் எனக்கு கிராமங்களில் நான் சொல்லியபடி பள்ளிக்கூடங்கள் ஏற்பாடு செய்து விட்டுப் பிறகு வந்து கேளும். சொல்லுகிறேன்."

வக்கீல்:- "அது சரி, மற்றொரு கேள்வி கேட்கிறேன். செத்துப்போன பிறகு மறு ஜென்மமுண்டா?"

தராசு:- "உண்டு. மனோதைரியமில்லாத பேடிகள் புழுக்களாகப் பிறப்பார்கள். பிறர் துன்பங்களை அறியாமல் தமதின்பத்தை விரும்பினோர் பன்றிகளாகப் பிறப்பார்கள். சொந்த பாஷை கற்றுக்கொள்ளாதவர் குரங்குகளாகப் பிறப்பார்கள். சோம்பேறிகள் எருமைகளாகப் பிறப்பார்கள். அநீதி செய்வோர் தேளாகப் பிறப்பார்கள். பிறரை அடிமைப்படுத்துவோர் வண்ணான் கழுதைகளாகப் பிறப்பார்கள். ஸ்திரீகளை இமிசை செய்வோர் நபும்சகராப் பிறப்பார்கள். சமத்துவத்தை மறுப்போர் நொண்டிகளாகப் பிறப்பார்கள். கருணையில்லாதவர் குருடராகவும், தமது கல்வியைப் பிறருக்குக் கற்றுக் கொடாதவர் ஊமைகளாகவும், அச்சமுடையோர் ஆந்தைகளாகவும் பிறப்பார்கள். மறு ஜன்மம் வரையிலே கூடப் போக வேண்டாம். இந்த ஜன்மத்திலேயே பாவி, கோழை முதலியவர்கள் தாழ்ந்த ஜந்துக்களாக இருப்பதை அவர்களுடைய அந்தக்கரணத்திலே பார்க்கலாம்."

வக்கீல்:- "ஏன் தராசே, பயப்பட்டால் அது கூட ஒரு பாவமா?"

தராசு:- "ஆம். அதுதான் எல்லாப் பாவங்களுக்கும் வேர். அதர்மத்தைக் கண்டு நகைக்காமல் எவன் அதற்கு பயப்படுகிறானோ அந்த நீசன் எல்லாப் பாவங்களும் செய்வான். அவன் விஷப்பூச்சி; அவன் தேள்; அவனை மனித ஜாதியார் விலக்கி வைக்க வேண்டும்".

வக்கீல்:- அப்படியானால் மனோதைரியம் ஒரு புண்ணியமா?"

தராசு:-"ஆம் அது தெய்வபக்திக்கு சமமான புண்ணியம். உண்மையான தெய்வபக்தியிருந்தால் மனோதைரிய முண்டாகும்; மனோதைரியம் இருந்தால் உண்மையான தெய்வபக்தி உண்டாகும். மனோடைதரியத்தினால் ஒருவன் இந்த ஜன்மத்திலேயே தேவநிலை பெறுவான். ஆண்மை, வெற்றி முடுதலிய தெய்வ சக்திகள் அவனைச் சேரும். அஞ்சாத மனோதைரியத்தைக் காட்டிலும் சிறந்த புண்ணியம் இவ்வுலகத்திலே இல்லை; வானத்திலுமில்லை, அதனால் மனிதன் எல்லா இன்பங்களையும் பெறுவான்."

வக்கீல்:- "சரி, வேறொரு கேள்வி கேட்கிறேன்; ஒருவனுக்கு வக்கீல் வேலையில் நல்ல வரும்படி வராவிட்டால் அதற்கென்ன செய்யலாம்?"

தராசு:- "அந்த வேலையை விட்டு வியாபாரம் அல்லது கைத்தொழில் தொடங்கலாம். பள்ளிக் கூடங்கள் நடத்தலாம். சாஸ்திர ஆராயச்சிகள் செய்யலாம்."

வக்கீல்:- "சாஸ்த்ர ஆராயச்சி செய்தால் பணம் வருமா? லட்சுமிக்கும் சரஸ்வதிக்கும் விரோதமென்று சொல்லுகிறார்களே?"

தராசு:- "அதெல்லாம் பழங்கதை. எல்லாவிதமான செல்வங்களுக்கும் அறிவுதான் வேர். உலகத்தில் இப்போது அதிகச் செல்வத்துடன் இருக்கும் ஜாதியாரெல்லாம் சாஸ்திர வலிமையாலே செல்வம் பெற்றார்கள்.

வக்கீல்:- "இன்னுமொரு கேள்வி. இழந்துபோன யௌவனத்தை மீளவும் பெறவேண்டுமானால் அதற்கு வழியென்ன?"

தராசு:- "ஒரு வருஷம் மனதிலும் சரீரத்திலும் பிரமசரிய விரதத்தை அனுசரிக்க வேண்டும். காலையில் ஸ்நானம் செய்ய வேண்டும். கைகால்களை உழைக்க வேண்டும். யௌவனமுடைய பிள்ளைகளுடன் சகவாசம் செய்ய வேண்டும். பயத்தை விடவேண்டும். மனோதைரியம்

ஏற்படுத்திக் கொள்ள வேண்டும். தெய்வ பக்தி உண்டாக்கிக் கொள்ளவேண்டும். பிறரைத் தாழ்வாக நினைக்கலாகாது. புதிய புதிய கல்விகள் கற்க வேண்டும்."

வக்கீல்:- "கண் நோய் குணப்பட வழியுண்டா?"

தராசு:- உண்டு. மூக்குக் கண்ணாடியைக் கழற்றியெறிந்து விடும். தெரிந்தவரை படித்தால் போதும். மனதிலே தோன்றிய உண்மைகளையும் நியாயங்களையும் வழக்கத்திலே கொண்டு வர முயற்சி செய்யும். எதிலும், எப்போதும், யாருக்குப் பயந்தும், மனம் வேறு செய்கை வேறாக நடிக்கலாகாது. தாழ்ந்த ஜாதியாருக்குப் பள்ளிக்கூடம் போட்டுப் பாடஞ் சொல்லிக் கொடுக்க ஏற்பாடு செய்யும். கண் நேராகிவிடும்."

வக்கீல்:-"நீ சொல்லும் மருந்தெல்லாம் ஒரு மாதிரி வினோதமாக இருக்கிறதே!"

தராசு:-"வேறு கேள்வியுண்டா?"

வக்கீல்:- "இல்லை. தராசே, நமஸ்காரம், நான் போய் வருகிறேன்."

திரும்பிப் போகும்போது வக்கீல் முகமலர்ச்சியுடன் போனார். தராசு அவரைக் காட்டி, "இன்னும் ஒரு வருஷத்தில் இவர் மனிதனாய் விடுவார்" என்று சொல்லிற்று.

6

தராசுக் கடையின் வெளிப்புறத்திலே சில தினங்களின் முன்பு பின்வரும் விளம்பரம் எழுதி ஒட்டப்பட்டது.

"இங்கு நீடித்த விலைமதிப்புள்ள சாமான் மாத்திரமே நிறுக்கப்படும். விரைவிலே அழிந்து போகக்கூடிய, விலை குறைந்த சாமான்கள் நிறுக்கப்படமாட்டா."

இந்த விளம்பரத்தைப் படித்துவிட்டு, ஜிந்தாமியான் சேட் என்னிடத்தில் வந்து, "உமது வியாபாரத்திலே கொள்கைகளும், சிந்தனைகளம், மனோதர்மங்களுந்தானே சரக்கு? இதில், நீண்ட மதிப்புடையதென்றும், விரைவில் அழிந்து போகக்கூடிய வஸ்து வென்றும் பிரிந்ததெப்படி? மனதைப் பற்றிய விஷயமெல்லாம் நீடித்ததுதானே?" என்று கேட்டார்.

"அறிவுத்துணிவுகள், தர்மக் கொள்கைகள் இவற்றிலும் பொன்னைப் போலே நீடித்து நிற்பனவும், வெற்றிலையைப் போலே விரைவில் அழிவனவும், ஓட்டாஞ்சல்லி போலே பயனற்றனவும் உண்டு" என்றேன்.

"பயனற்றதற்கு ஒரு திருஷ்டாந்தம் சொல்லும்" என்றேன்.

"சிறையூர் ஜமீந்தார் தர்ம ப்ரசங்கம்" என்றேன்.

"அதென்ன கதை?" என்று சேட் கேட்டார்.

"தென்னாட்டிலே சிறையூர் என்றொரு கிராமம் இருக்கிறது. அங்கே பழைய காலத்தில் க்ஷத்ரியராக இருந்து இப்போது மாட்சிமை குறைந்து போயிருக்கும் மறக்குலத்திலே பழம்புலித் தேவர் என்ற ஒரு ஜமீன்தார் இருக்கிறார். அவர் சிறிது காலமாக தர்மோபதேசம் செய்யத் தொடங்கி, 'மூச்சு விடத் தகுதியுள்ளவர் யார், தகுதியில்லாதவர் யார்? பல்நகம் தரிக்கத் தக்கோர் யார், தகாதோர் யார்?' என்ற விஷயங்களைப் பற்றி உபந்யாசங்கள் செய்து வருகிறார். இதுபோன்ற வீண் சங்கதிகளை நமது தராசு கவனிக்க மாட்டாது" என்றேன்.

7

நேற்றுக் காலை, தராசுக்கடைக்கு வெளி ஜனங்கள் யாரும் வரவில்லை. ஜிந்தாமியான் சேட் வந்து உட்கார்ந்தார். வழக்கம் போல வேடிக்கை பார்க்க வந்தாரென்று நினைத்தேன்.

"சேட் ஸாஹேப், என்ன விசேஷம்?" என்று கேட்டேன்.

"தராசினிடம் சில கேள்விகள் கேட்க வந்தேன்" என்றார்.

"சரி கேளும்" என்றேன்.

"தர்ம ப்ரசங்கம் செய்யத் தகுதியுடையோர் யார்?" என்று கேட்டார்.

தராசு சொல்லிற்று:- "கலங்காத நெஞ்சுடைய ஞான தீரர்".

"அப்படியில்லாதோர் தர்ம ப்ரசங்கம் செய்யத் தலைப்பட்டாலோ?" என்று சேட் கேட்டார்.

தராசு "மற்றோர் அதை கவனிக்கக் கூடாது" என்றது.

பிறகு ஜிந்தாமியான்:- "ஆண்களுக்கு விடுதலையைப் பற்றிப் பேசலாமோ?"

தராசு:- "பேசலாம்."

"சேட்:- "முயற்சி கைகூடுமா?"

தராசு:- "தொடங்குமுன்னே எந்த முயற்சியும் கைகூடுமோ கூடாதா என்று ஜோதிஷம் பார்ப்பதிலே பயனில்லை; தொடங்கி
நடத்தினால் பிறகு தெரியும்."

சிறிது நேரம் சும்மாயிருந்துவிட்டு, ஜிந்தாமியான் மறுபடி பின்வரும் கேள்வி கேட்டார்:-

"வருகிறேனென்று சொல்லி வாராதவர்களையும் தருகிறேனென்று சொல்லித் தாராதவர்களையும் என்ன செய்யலாம்?"

தராசு, "சந்தர்ப்பத்துக்குத் தக்கபடி" என்றது.

"விளக்கிச் சொல்லு" என்று சேட் வற்புறுத்தினார்.
தராசு சொல்வதாயிற்று:- தருகிறேனென்று சொல்லும்போதே பின்னிட்டுத் தம்மால் கொடுக்க முடியாதென்பதை அறிந்துகொண்டு சொல்வோர் புழுக்கள். அவர்களைப் படுக்கவைத்துக் கைகால்களைக் கட்டி மேலே ஒரு மூட்டை கட்டெறும்பைக் கொட்டிக் கடிக்கவிட வேண்டும். தருகிறேனென்று சொல்லும்போது உண்மையாகவே கொடுக்க வேண்டுமென்ற எண்ணத்துடன் சொல்லிவிட்டுப் பின்பு சௌகர்யமில்லாமையால் கொடுக்காதிருப்போர் முன்யோசனையற்றவர்கள். இவர்களை நல்ல சவுக்கினால் இரண்டடி அடித்துவிட்டுப் பின் முகதரிசனமில்லாமல் இருக்கவேண்டும். வருகிறேனென்று சொல்லி வராதவர்களையும், இதைப்போலவே இரண்டு பகுதிகளாகக்கிக் குற்றத்திற்குத் தக்கபடி சிக்ஷை விதிக்க வேண்டும்." இதைக் கேட்டு ஜிந்தாமியான் சில நிமிடங்கள் வரை ஒன்றும் பேசாமல் யோசனை செய்து கொண்டிருந்தார். பிறகு நான் அவரை நோக்கி, "இன்னும் ஏதேனும் கேள்வியுண்டா?" என்றேன். "ஒன்றுமில்லை" என்று சொல்லி விட்டார்.

* * *

தராசைக் கட்டி உள்ளே வைத்து விட்டுக் கடையை மூடிய பிறகு நானும் ஜிந்தாமியான் சேட்டும் வீட்டுக்குத் திரும்பினோம். வரும் வழியிலே நான் சேட்டைப் பார்த்து "சேட் சாஹேப், 'வருகிறேனென்று வாராதவர்,

தருகிறேனென்று தராதவர்' என்பதாக ஏதோ நீண்ட கேள்வி கேட்டீரே; மனதில் எதை வைத்துக் கொண்டு கேட்டீர்?" என்றேன்.

சேட் மறுமொழி சொல்லாமல் புன்சிரிப்புச் சிரித்தார்.

"வியாபார விஷயமோ?" என்றேன்.

"இல்லை" என்று தலையை அசைத்தார்.

"குடும்ப விவகாரமோ?" என்றேன்.

மறுபடியும் "இல்லை" என்றார்.

"அப்படியானால் விஷயந்தானென்ன? சொல்லுமே" என்றேன்.

சேட் பின்வரும் கதை சொல்லலானார்:-

"ஒரு வாரத்துக்கு முன்பு எங்கள் வீட்டுக்கு ஒரு தமிழ்ப் பரதேசி வந்தான். எனக்கு இந்தப் பரதேசிகளிடம் நம்பிக்கை கிடையாது. எங்கள் மாமா ஒரு கிழவர் இருக்கிறாரே, அவருக்கு பயித்தியம் அதிகம். அவருடன் நெடுநேரம் வார்த்தை சொல்லிக் கொண்டிருந்தான். நானும் பொழுது போக்குக்காக சமீபத்திலிருந்து கேட்டுக் கொண்டிருந்தேன். இரண்டு மணிநேரத்துக்குள், மாமா மனதில் இந்தப் பரதேசி பெரிய யோகியென்ற எண்ணம் உண்டாய்விட்டது. கதையை வளர்த்துப் பிரயோஜனமில்லை. நம்பக் கூடாத, சாத்தியமில்லாத, அசம்பாவிதமான இரண்டு மூன்று சாமான்கள் மூன்று தினங்களுக்குள் கொண்டு வருவதாகச் சொல்லி, அவரிடமிருந்து ஐம்பது ரூபாய் வாங்கிக் கொண்டு போய்விட்டான். குறிப்பிட்ட நாளில் வரவில்லை. அதை நினைத்துக்கொண்டு கேட்டேன்".

எனக்குக் கோபம் வந்துவிட்டது.

"உஸ், சேட்சாஹேப், யாரிடத்திலே காணும் இந்த மூட்டை அளக்கிறீர்? ஐம்பது ரூபாய், பரதேசி, பாட்டி கதை. சம்மதமுண்டானால் மனதிலுள்ளதைச் சொல்லும். இல்லாவிட்டால், சௌகர்யப்படாதென்று சொல்லிவிடும்" என்றேன்.

சேட் சிறிது நேரம் யோசனை செய்துவிட்டு, உம்முடைய தராசுக்குப் புத்தியில்லை. என் மனதிலிருந்ததை சரியாகக் கண்டுபிடித்து மறுமொழி சொல்லவில்லை. நானும் அதை உம்மிடத்திலே சொல்ல முடியாது. வேண்டுமானால் தராசையே கேட்டுத் தெரிந்து கொள்ளும்" என்றார்.

நான் சிறிது நோயுடன், "தராசு பிறர் மனதிலிருப்பதைக் கண்டு சொல்லாது. நேரே கேட்டால் நேரே மறுமொழி சொல்லும்" என்றேன்.

"அப்படியானால் அடுத்த வியாழக்கிழமை வந்து சரியானபடி கேட்கிறேன்" என்று சொல்லிப் பிரிந்து விட்டார் . விஷயம் போகப் போகத் தெரியும்.

8

மைசூரிலிருந்து நம்முடைய கடைக்கு ஒரு ஐயங்கார் வந்தார். "என்ன தொழில்?" என்று கேட்டேன்.

"சமாசாரப் பத்திரிகைகளுக்கு விஷய தானம் செய்து ஜீவிக்கிறேன்" என்று இங்கிலீஷிலே மறுமொழி சொன்னார். இங்கிலீஷ் பத்திரிகைகளுக்கு" என்றார். "நல்ல லாபமுண்டா?" என்று கேட்டேன்.

"ஒரு பத்திக்கு 6 ரூபாய் கிடைக்கிறது. மாதத்திலே ஏழெட்டு வியாசந்தான் எழுத முடிகிறது. ஒரு வியாசம் அனேகமாக ஒரு பத்திக்கு மேலே போகாது. என்னுடைய வியாசங்களுக்கு நல்ல மதிப்பிருக்கிறது. சில சமயங்களில் எனது வியாசமே தலையங்கமாகப் பிரசுரம் செய்யப்படுகிறது. ஆனாலும், அதிக லாபமில்லை. சிரமத்துடனே தான் ஜீவனம் நடக்கிறது. அன்றன்று வியாசமெழுதி அன்றன்று பசி தீர்கிறது. எனக்கு இரண்டு குழந்தைகள். அந்தக் குழந்தைகளையும் பத்தினியையும் ஸம்ரக்ஷணை பண்ண இத்தனை பாடு படுகிறேன்" என்று இங்கிலீஷிலே சொன்னார்.

"இவருக்குத் தமிழ் தெரியாதோ?" என்று தராசு கேட்டது.

ஐயங்கார் சொன்னார், இங்கிலீஷில்:- "தமிழ் தெரியும். நெடுங்காலம் கன்னட தேசத்தில் பழகின படியால் தமிழ் கொச்சையாக வரும். அதனால் இங்கிலீஷில் பேசுகிறேன்."

தராசு சொல்லுகிறது:- "கொச்சையாக இருந்தால் பெரிய காரியமில்லை. சும்மா தமிழிலேயே சொல்லும்."

ஐயங்காருடைய முகத்தைப் பார்த்தபோது அவர் சங்கடப்படுவதாகத் தோன்றிற்று. அதன் பேரில், ஐயங்கார் இங்கிலீஷிலேயே வார்ததை சொல்லும்படிக்கும், நான் அதைத் தராசினிடத்திலே மொழிபெயர்த்துச் சொல்லும்படிக்கும் தராசினிடம் அனுமதி பெற்றுக் கொண்டேன்.

தராசு கேட்கிறது:- "ஐயங்காரே, கையிலே என்ன மூட்டை?"

ஐயங்கார் "பத்திரிகை வியாசங்களைக் கத்தரித்து இந்தப் புத்தகத்திலே ஒட்டி வைத்திருக்கிறேன். சம்மதமுண்டானால் பார்வையிடலாம்" என்று அந்த மூட்டையைத் தராசின் முன்னே வைத்தார். தராசு அந்தப் புத்தகத்தைப் பரிசோதனை செய்து பார்த்து, "நன்றாகத்தான் இருக்கிறது" என்றது.

இதைக் கேட்டவுடனே ஐயங்கார்;-"யூ சீ மிஸ்டர் பாலன்ஸ்" என்று தொடங்கி .... (அடடடா! இங்கிலீஷில் அப்படியே எழுதுகிறேன்; வேறெங்கேயோ ஞாபகம்.)

ஐயங்கார் சொல்லுகிறார்:- "கேளாய் தராசே, நானும் எத்தனையோ வியாசங்கள் எழுதுகிறேன். பிறர் எழுதுவதையும் பார்த்திருக்கிறேன். ஆனாலும், இந்த இங்கிலீஷ்காரருக்கு இங்கிலீஷ் பாஷை எப்படி வசப்பட்டு நிற்கிறதோ, அந்த மாதிரி நம்மவருக்கில்லை. நான் இப்போது இரண்டு மூன்று நாளாக ஒரு இங்கிலீஷ் புத்தகம் வாசித்துக் கொண்டு வருகிறேன். ஆஹாஹா! வசனந்தான் என்ன அழகு; நடை எத்தனை நேர்த்தி; பதங்களின் சேர்க்கை எவ்வளவு நயம்!" என்று ஒரே சங்கதியைப் பதினேழு விதங்களிலே சொல்லிப் புகழ்ச்சி செய்யத் தொடங்கினார்.

அதற்குத் தராசு:- "சுவாமி, இந்த ஜன்மம் இப்படித் தமிழ் பிராமண ஜன்மமாக எடுத்துத் தீர்ந்து போய்விட்டது. இனிமேல் இதைக் குறித்து விசாரப்பட்டு பயனில்லை. மேலே நடக்கவேண்டிய செய்தியைப் பாரும்" என்றது.

இப்படியிருக்கும்போது, வெளிப்புறத்தில் யாரோ சீமைச் செருப்புப் போட்டு நடந்து வரும் சத்தம் கேட்டது. சில க்ஷணங்களுக்குள்ளே, ஒரு ஆங்கிலேயர் நமது தராசுக் கடைக்குள் புகுந்தார். வந்தவர் தமிழிலே பேசினார்:- "காலை வந்தனம்".

"தராஸ¤க்கடை இதுவாக இருக்கிறதா?" என்று கேட்டார்.

"ஆம்" என்றேன்.

"தராஸ¤ எல்லாக் கேள்விக்கும் பதில் சொல்லுமா?*"

"சொல்லும். ஆனால், நீ இங்கிலீஷ் பேசலாம்; தமிழ்ப் பேசித் தொல்லைப்பட வேண்டாம்" என்றேன்.

அப்போது தராசு:- "இந்த ஆங்கிலேயர் இப்போது எந்த ஊரிலே வாசம் செய்து வருகிறார்? இவர் யார்? என்ன வேலை?" என்று கேட்டது.

எனது கேள்விக்கும் தராசின் கேள்விக்கும் சேர்த்து, மேறபடி ஆங்கிலேயர் பின்வருமாறு மறுமொழி சொன்னார்:-

"எனக்குத் தமிழ் பேசுவதிலேயே பிரியமதிகம்." (ஆங்கிலேயர் பேசிய கொச்சைத் தமிழை எழுதாமல் மாற்றி எழுதுகிறேன்.)

ஆங்கிலேயர் சொல்லியது:- "எனக்குத் தமிழ் பேசுவதிலே பிரியமதிகம். அது நல்ல பாஷை. தமிழ் ஜனங்களும் நல்ல ஜனங்கள். நான் அவர்களுக்கு 'சுய-ஆட்சி' கொடுக்கலாமென்று கக்ஷ¢யைச் சேர்ந்தவன். இன்னும் கொஞ்ச காலத்துக்குள் சில சுதந்திரங்கள் வருமென்று நிச்சயமாக நம்புகிறேன். என் உத்தியோகம். நான் இப்போது வசித்து வரும் ஊர்-எல்லாவற்றையும் தங்களிடம் சொல்லிவிடுகிறேன். ஆனால் அதைத் தாங்கள் எந்தப் பத்திரிகையிலும் போடக்கூடாது" என்றார்.

'சரி' என்ற பிறகு தமது பூர்வமெல்லாம் சொன்னார். அவரிடம் வாக்குக் கொடுத்தபடி இங்கே அந்த வார்த்தைகள் எழுதப்படவில்லை.

அப்போது தராசு சொல்லுகிறது:- "ஆங்கிலேயரே, உம்மைப் பார்த்தால் நல்ல மனிதனாகத் தெரிகிறது. பொறுத்துக் கொண்டிரும். இந்த ஐயங்கார் கேள்விகள் போட்டு முடித்த பிறகு உம்மிடம் வருவோம்." "ஐயங்காரே, தம்முடைய கேள்விகள் நடக்கலாம்."

ஐயங்கார் சொல்லுகிறார், (இங்கிலீஷில்):- "இந்த ஆங்கிலேயரின் கேள்விகளை முதலாவது கவனியுங்கள். என் விஷயம் பிறகு நேரமிருந்தால் பார்த்துக் கொள்ளலாம்."

அப்போது ஆங்கிலேயர் சொல்லுகிறார்:- "அவசியமில்லை. இருவரும் கேட்கலாம். மாற்றி மாற்றி இருவருக்கும் தராசு மறுமொழி சொன்னால் போதும்."

"சரி, இஷ்டமானவர் கேட்கலாம்" என்று தராசு சொல்லிற்று.

ஐயங்கார் பேசவில்லை. சும்மா இருந்தார். சில நிமிடங்கள் பொறுத்திருந்து, ஆங்கிலேயர் கேட்டார்:- "ஐரோப்பாவிலே சண்டை எப்போது முடியும்?"

தராசு:- "தெரியாது"

ஆங்கிலேயர்:- "இந்த யுத்தம் முடிந்த பிறகு ஐரோப்பாவிலே என்ன மாறுதல்கள் தோன்றும்?"

தராசு:- "தொழிலாளிகளுக்கும், ஸ்திரீகளுக்கும் அதிக அதிகாரம் ஏற்படும். வியாபாரிகளுக்குக் கொஞ்சம் சிரமம் ஏற்படலாம். கிழக்குத் தேசத்து மதக் கொள்கைகள் ஐரோப்பாவிலே கொஞ்சம் பரவலாம்."

ஆங்கிலேயர்;-"இவ்வளவுதானா?"

தராசு:-"இவ்வளவுதான் இப்போது நிச்சயமாகச் சொல்லமுடியும்".

ஆங்கிலேயர்:- "தேச விரோதங்கள் தீர்ந்து போய்விடமாட்டாதா?"

தராசு;- "நிச்சயமில்லை. ஒரு வேளை சிறிது குறையலாம். அதிகப்பட்டாலும் படக்கூடும்."

ஆங்கிலேயர்:- "சர்வ-தேச-விதிக்கு வலிமை அதிகமாய், இனிமேல் இரண்டு தேசத்தாருக்குள் மனத்தாபங்கள் உண்டானால் அவற்றைப் பொது மத்தியஸ்தர் வைத்துத் தீர்த்துக் கொள்வதேயன்றி, யுத்தங்கள் செய்வதில்லை' என்ற கொள்கை ஊர்ஜிதப்படாதோ?"

தராசு:- "நிச்சயமில்லை. அந்தக் கொள்கையைத் தழுவி ஆரம்பத்திலே சில நியதிகள் செய்யக்கூடும். பிறகு அவற்றை மீறி நடக்கவுங்கூடும்"

ஆங்கிலேயர்:- "இரண்டு தேசத்தார் எப்போதும் நட்புடன் இருக்கும்படி செய்வதற்கு வழியென்ன?"

தராசு;-"ஒருவரையொருவர் நன்கு மதித்தல்; சமத்வ தர்மம். ஹிந்து வேதப் பழக்கம்.

ஆங்கிலேயர் "சாயங்கால வந்தனம்" என்று சொல்வதற்கு "சாங்கால வண்டனம்" என்று சொல்லி விடைபெற்றுக்கொண்டு எழுந்து போய்விட்டார்.

பிறகு ஐயங்கார் (தமிழில்):- "நானும் போய் வருகிறேன். இந்த ஆங்கிலேயர் கேட்ட கேள்விகளைத் தான் நானும் கேட்க நினைத்தேன். அவருக்குச் சொல்லிய மறுமொழி எனக்கும் போதும். நான் போய் வருகிறேன், நமஸ்காரம்" என்றார்.

தராசு:- "போய் வாரும், உமக்கு லக்ஷ்மிகடாக்ஷமும், தமிழிலே சிறிது பாண்டித்தியமும் உண்டாகுக" என்று ஆசீர்வாதம் பண்ணிற்று. ஐயங்கார் சிரித்துக் கொண்டே போனார்.

9

இன்று நமது கடைக்கு ஒரு தமிழ்க் கவிராயர் வந்தார்; கைக்கோள் ஜாதி; ஒட்டக் கூத்தப் புலவர்கூட அந்தக் குலந்தானென்று நினைக்கிறேன்.

இவருக்கு இங்கிலீஷ் தெரியாது. தம்முடைய பெயரை வெளிப்படுத்தக் கூடாதென்று சொன்னார். ஆதலால் வெளிப்படுத்தவில்லை.

தராசு முகமலர்ச்சியுடன் சிரித்தது. "இப்படி ஒரு கவிராயன் வந்தால் எனக்கு சந்தோஷம். எப்போதும் வீண் வம்பு பேசுவோரே வந்தால் என்ன செய்வேன்?" என்றது. "கவிராயரே, என்ன விஷயம் கேட்க வந்தீர்?" என்று தராசு கேட்டது.

"எனக்குக் கவிராயர் என்பது பரம்பரையாக வந்த பட்டம். என்னுடைய தகுதியால் ஏற்படவில்லை. அத்தகுதி பெற முயற்சி செய்து வருகிறேன். அந்த விஷயமாகச் சில வார்த்தைகள் கேட்க வந்தேன்" என்று கவிராயர் சொன்னார். "இதுவரை பாடின பாட்டுண்டானால் சொல்லும்" என்று தராசு கேட்டது.
"இதுவரை நாற்பது அல்லது ஐம்பது அடிகளுக்கு மேல் பாடியது கிடையாது. இப்போதுதான் ஆரம்பம். அது அத்தனை ரசமில்லை" என்று சொல்லிக் கவிராயர் விழித்தார்.

"மாதிரி சொல்லும்" என்றது தராசு.

புலவர் பாடத் தொடங்கினார். தொண்டை நல்ல தொண்டை.

"களை யொருவன் கவிச்சுவையைக்-கரை
காண நினைத்த முழு நினைப்பில்-அம்மை
தோளசைத் தங்கு நடம் புரிவாள்-இவன்
தொல்லறி வாளர் திறம் பெறுவான்.
ஆ! எங்கெங்கு காணிலும் சக்தியடா!-தம்பி
ஏழு கடலவன் மேனியடா!

தங்கும் வெளியினிற் கோடியண்டம்-எங்கள்
தாயின் கைப் பந்தென வோடுமடா!
கங்குலில் ஏழு முகிலினமும்-வந்து
கர்ச்சனை செய்தது கேட்டதுண்டோ?
மங்கை நகைத்த ஒலியதுவாம்-அவள்
வாயிற் குறுநகை மின்னலடா!"

தராசு கேட்டது:- "புலவரே, தமிழ் யாரிடம் படித்தீர்?"

கவிராயர்:- "இன்னும் படிக்கவில்லை; இப்போதுதான் ஆரம்பம் செய்கிறேன்.

தராசு:- "சரிதான், ஆரம்பம் குற்றமில்லை. விடாமுயற்சியும் தெய்வபக்தியும் அறிவிலே விடுதலையும் ஏறினால், கவிதையிலே வலிமையேறும்".

இங்ஙனம் வார்த்தை சொல்லிக் கொண்டிருக்கையில் சீட்டிக் கடை சேட் வந்தார்.

"சாமியாரே, தீபாவளி சமீபத்திலிருக்கிறது. ஏதேனும் சீட்டித்துணி செலவுண்டா?" என்று சேட் கேட்டார்.

"இல்லை" என்று சொன்னேன்.

அப்போது சேட் சொல்லுகிறார்;- "நான் அதற்கு மாத்திரம் வரவில்லை. வேறு சங்கதி கேட்கவும் வந்தேன். தராசு நடக்கப் போவதை அறிந்து சொல்லுமோ?"

"சொல்லாது" என்று தராசே சொல்லிற்று.

"சொல்ல சம்மதமிருந்தால் சொல்லும். இல்லாவிட்டால் சொல்லாது. எதற்கும், நீர் கேட்க வந்த விஷயமென்ன? அதை வெளியிடும்" என்று நான் சொல்லப் போனேன்.

தராசு என்னிடம், "காளிதாஸா, அ" என்றது. இந்த "அ" காரத்துக்கு "அடக்கு" என்றர்த்தம். அதாவது "என்னுடைய கருத்துக்கு விரோதமாக வார்த்தை சொல்லாதே" என்றர்த்தம்.

தராசு "அ" என்றவுடனே நான் வருத்தத்துடனே தலை குனிந்து கொண்டேன்.

சேட்:- "தீபாவளி சமயத்தில் எங்கள் கடைக்குப் பத்து நூறாகவும், நூறு ஆயிரமாகவும், லாபம் வரும்படி தராசு தன் வாயினால் வாழ்த்த வேண்டும். அப்படி வாழ்த்துவதற்கு ஏதேனும் கூலி வேண்டுமானாலும் கொடுத்து விடுகிறேன்" என்றார்.

தராசு:- "கூலி வேண்டாம், சேட்ஜீ; இனாமாகவே ஆசீர்வாதம் பண்ணிவிடுகிறேன். உமக்கு மேன்மேலும் லாபம் பெருகும். நாட்டுத் துணி வாங்கி விற்றால்" என்றது. சேட் விடை பெற்றுக் கொண்டு போனார்.

கவிராயர் தராசை நோக்கி, "நம்முடைய சம்பாஷணைக்கு நடுவிலே கொஞ்சம் இடையூறுண்டாகிறது" என்றார்.

தராசு சொல்லுகிறது:- "உமக்கும் அதுதான் காணும் வார்த்தை. நெசவிலே நாட்டு நெசவு மேல். விலைக்கு நெய்வதைக் காட்டிலும் புகழுக்கு நெய்வதே மேல். பணம் நல்லது; ஆனால் பணத்தைக் காட்டிலும் தொழிலருமை மேல். காசிப்பட்டுப் போலே பாட்டு நெய்ய வேண்டும். அல்லது உறுதியான, உழவனுக்கு வேண்டிய, கச்சை வேஷ்டி போலே நெய்ய வேண்டும். "மல்" நெசவு கூடாது. "மஸ்லின்" நீடித்து நிற்காது. பாட்டிலே வலிமை, தெளிவு, மேன்மை, ஆழம், நேர்மை இத்தனையுமிருக்க வேண்டும். இதற்கு மேலே நல்ல வர்ணஞ் சேர்த்தால் குற்றமில்லை. சேராமலிருந்தால் விசேஷம்."

அப்போது புலவர் தராசை நோக்கி:- "நீயே எனது குரு" என்று சொல்லி நமஸ்காரம் பண்ணினார்.

தராசு:- "எழுக! நீ புலவன்!" என்றது.

10

பதினாறு வயதிருக்கும்; பிராமணப் பிள்ளை; வைஷ்ணவன். இவன் போன தீபாவளிக்கு மறுநாள் தராசுக் கடைக்கு வந்தான். வழக்கம்போலே முகவுரைகள் பேசி முடிந்த பிறகு தராசினிடம் பின்வரும் கேள்வி கேட்டான்.

பிராமணப் பிள்ளை:- "எனக்கு பள்ளிக்கூடத்துச் சம்பளம் மூன்று மாதத்துக்கு ஒன்பது ரூபாய் வேண்டும். நாளைக் காலை சம்பளம் கொடுக்காவிட்டால் பள்ளிக்கூடத்தை விட்டு வெளியேறிவிட வேண்டுமென்று பெரிய வாத்தியார் கண்டிப்பாகச் சொல்லிவிட்டார்.

எனக்குத் தெரிந்த பணக்காரர், என் பிதாவுக்கு அறிமுகமான பணக்காரர். எங்கள் குடும்பத்திலே நல்லெண்ணமுடைய சில நண்பர்களுக்குப் பழக்கமான பணக்காரர்-எல்லா விதமான பணக்காரர்களிடத்திலும் பலவிதங்களிலே கேட்டுப் பார்த்தாய்விட்டது. பயன்படவில்லை. சம்பளமோ அவசியம் கொடுத்துத் தீர வேண்டும். எனக்கு இந்த ஒன்பது ரூபாய் எங்கே கிடைக்கும்? எப்படி கிடைக்கும்? யார் கொடுப்பார்கள்!" என்றான்.

"விதி கொடுக்கும்" என்று தாராசு சொல்லிற்று.

பிராமணப் பிள்ளை சிரித்தான். சொல்லுகிறான்:- "தராசே, வதியை நம்புவது பிழை. ஐரோப்பியர் விதியை நம்புவதில்லை. ஆசியாவிலுள்ள மகமதிய ஜாதியாரும் ஹிந்துக்களுந்தான் விதியை மும்மரமாக நம்புகிறார்கள். இதனால் இந்த ஜாதியாரெல்லாம் வீழ்ச்சியடைந்தார்கள். ஐரோப்பியர் நாகரீகத்திலும் செல்வத்திலும் ஓங்கி வருகிறார்கள். முயற்சி செய்பவன் நல்ல ஸ்திதிக்கு வருவான். விதியை நம்பினவன் சோற்றுக்கில்லாமல் பட்டினி கிடப்பான்.

இங்ஙனம் பிராமணப் பிள்ளை சொல்லியதைக் கேட்டுத் தராசு சிரித்தது.

"தம்பி, அய்யங்காரே, உன் பெயரென்ன?" என்று தராசு கேட்டது.

"லக்ஷ்மீ வராஹாசார்யர்; வடகலை; ஸ்வயமா சார்ய பூருஷர் வகுப்பு" என்றான்.

இங்ஙனம் பேசிக் கொண்டிருக்கையிலே, ஒரு பாட்டி வந்தாள். இந்தப் பாட்டிக்கு வயது அறுபத்தைந்து அல்லது எழுபதிருக்கும். தெலுங்குப் பிராமணர்களிலே நியோகி என்ற பிரிவைச் சேர்ந்தவள். கையிலே, ஒரு ஆண் குழந்தை கொண்டு வந்தாள். மூன்று வயதுக் குழந்தை, தராசினிடம் கேள்விகள் கேட்கவிருப்பதாக இந்த அம்மையார் சொல்லியதற்குத் தராசு சம்மதித்தது. "ஐயங்கார்ப் பிள்ளையைக் கொஞ்சம் நிறுத்தி வைத்துவிட்டு முதலாவது இந்தப் பாட்டி விஷயத்தை முடிவு செய்தனுப்புவோம்" என்று தராசு தீர்மானித்தது.

பாட்டி சொல்லுகிறாள்:- "ருக்மணி கர்ப்பமாயிருக்கிறாள்."

"ருக்மணி யார்!" என்று தராசு கேட்டது.
"என்னுடைய இரண்டாவது பேத்தி" என்று பாட்டி சொன்னாள். "அவளுக்கு ஏழெட்டு மாசமாய்விட்டது. மூத்தவளுக்கு நாலைந்து மாதம் இரண்டு பேருக்கும் புருஷக் குழந்தை பிறக்கவேணும். மூத்தவள் புருஷனுக்கு சர்க்காரில் 150 ரூபாய் கொடுக்கிறார்கள். செலவுக்குத் தட்டத்தான் செய்கிறது. அவன் சம்பளம் உயரவேணும். வீட்டிலே காளிபடம் வைத்துப் பூஜை பண்ணுகிறாள். அந்தப் படம் வீட்டிலிருந்தால் நல்லதில்லை என்று சொல்லுகிறார்கள். அவனிடம் சொல்லிப் பார்த்தேன்; கேட்கவில்லை. இந்தக் குழந்தைக்கு அடிக்கடி மாந்தம் வருகிறது. பேய் பிசாசுகளின் சேஷ்டை ஏதேனும் இருக்கலாமோ என்னவோ தெரியவில்லை. மாரியம்மனுக்குப் பூஜை செய்விக்க வேண்டுமென்று பூஜாரி சொல்லுகிறான். எனக்கு அந்த எலிக்கடி விஷம் இன்னும் உடம்பை விட்டுப் போகவில்லை. அடிக்கடி சுரம் வந்து கொண்டிருக்கிறது. எல்லா தோஷங்களும் நீங்குவதற்கு ஏதேனும் பரிகாரம் செய்யவேண்டும். தராசைக் கேட்டால் எல்லா சங்கடங்களுக்கும் தீர்ப்புச்

சொல்லுமென்று தராசைக் கேட்டால் எல்லா சங்கடங்களுக்கும் தீர்ப்புச் சொல்லுமென்று காலேஜ் வாத்தியார் கண்ணாடி நாராயணசாமி ஐயர் சொன்னார். ஏதேனும் ஒரு பரிகாரம் சொல்ல வேண்டும்" என்று பாட்டி ப்ரசங்கத்தை முடிவு செய்தாள்.

"விதிப்படி நடக்கும்" என்று தராசு சொல்லிவிட்டுச் சும்மா இருந்தது.

நானும் தராசினுடைய மன நோக்கத்தைத் தெரிந்து கொண்டு, "பாட்டியம்மா, வருகிற வெள்ளிக்கிழமை காலையிலே நாலு பிள்ளைகளுக்கும் சாப்பாடு போட்டுவிட வேண்டும். பேரத்திகள் இருவரையும், தினந்தோறும் கோயிலுக்குப் போய் சுவாமி தரிசனம் பண்ணிவிட்டு வரும்படி செய்ய வேண்டும். உங்களுடைய கஷ்டங்களெல்லாம் நிவர்த்தியாகும்" என்று சொல்லிப் பாட்டியைப் போகச் சொல்லி விட்டேன்.

பிறகு, லக்ஷ்மீவராஹன் என்று வைஷ்ணவப் பிள்ளையை நோக்கித் தராசு பின்வருமாறு சொல்லுகிறது:-

"கேளாய், மகனே, விதிப்படிதான் இந்த உலகமெல்லாம் நடக்கிறது. மனித வாழ்க்கை இவ்வுலகத்தின் வாழ்க்கையிலே ஒரு சிறு பகுதி. விதி தவறி ஒன்றும் நடக்காது. பூர்வகாலத்து மகமதியர்களும் ஹிந்துக்களும் விதியை முற்றிலும் நம்பியிருந்தார்கள். அரபியாவிலே உண்டான மகமதிய மதம் மத்திய ஆசியா முழுவதிலும் பரவிற்று; அத்துடன் அற்புதமான சாஸ்திரங்களும் பரவின; ஐரோப்பாவில் தென் பகுதியை வியாபித்தது; ஸ்பெயின் தேசத்திலே போய் அரசாண்டது. ஐரோப்பா முழுவதிலிருந்து பண்டிதர்கள் ஸ்பெயின் தேசத்துக்கு வந்து சாஸ்திரங் கற்றுக் கொண்டு போனார்கள். இப்போது ஐரோப்பாவிலே ஓங்கி நிற்கும் நவீன சாஸ்திரங்களிலே பலவற்றின் வேர் அங்கே மகமதியரால் நாட்டப்பட்டது. மகமதியர் பாரத நாட்டை ராஜபுத்ரரிடமிருந்த வென்றனர்; சிங்கத்தினிடமிருந்து காட்டை வெல்லுவது போலே. இங்ஙனமே ஜாவா முதலிய தென்கடல் தீவுகளைப் பற்றிக் கொண்டனர். வட ஆபரிகா, தென் ஆபிரிகா, மத்திய ஆபிரிகா, சீனம் ருஷியா மனிதனுக்குத் தெரிந்த நாகரிக தேசங்ளெல்லாவற்றிலும், அல்லாவின் குமாரர் வெற்றியும் புகழுமெய்தி விளங்கினர். அக்காலத்தில், இவர்களுக்கு விதி நம்பிக்கை இப்போதைக்காட்டிலும் குறைவில்லை. பூர்வ ஹிந்து ராஜாக்களின் புகழ் திசையெட்டுக்குள் அடங்கவில்லை. அவர்களெல்லாம் விதியைப் பரிபூரணமாக நம்பியிருந்தார்கள். முதலாவது மொகலாயச் சக்ரவர்த்தியாகிய பாபர்ஷா விதியை நம்பி ஹிந்துஸ்தானத்தின் மேலே படையெடுத்தான். அவன் யோசித்தான்:- 'அரே! அல்லா உலகத்துக்கு நாயகன். அவனுடைய விதி, அவன் உண்டாக்கிய ஒழுங்கு, அதற்குக் கிஸ்மத் (விதி) என்று பெயர். கிஸ்மத்படி

எல்லாம் நடக்கிறது. ஒருவனுக்குச் சாக விதியில்லை என்றால், அவன் போர்க்காளத்திலே அம்புகளின் சூறைக்கு நடுவிலே போய் நின்றாலும் சாகமாட்டான். அவன் மேலே அம்பு தைக்காது. விதி கொல்ல வேண்டுமானால் வீட்டிலே கொல்லும். இடி விழாமல் நம்மால் தடுக்க முடியுமா? சாகாத வைத்தியனுண்டா? விதப்படி நடக்கும் ஹிந்துஸ்தானத்தின் மேலே படையெடுத்துப் போவோம். விதியின் அனுகூலமிருந்து வெற்றி கிடைத்தால், உலகத்து மண்டலாபதிகளிலே முதன்மையடையலாம். அங்கே இறந்தோமானால் நம்முடைய சதையைக் காக்காய்கள் தின்னும். நம்மாலே சில ஜீவன்களுக்கு வயிற்றுப் பசி தீர்ந்து சந்தோஷம் சிறிது நேரமுண்டாகும். எல்லாம் ஒன்றுதான். விதியே துணை. ஹிந்துஸ்தானத்தின் மேலே படையெடுப்போம்' என்றான். ஆள் பலமில்லை; பணமில்லை. ராஜபுத்ர ஸ்தானத்து க்ஷத்திரியர்களை வெல்லுவதென்றால் சாதாரணமான காரியமன்று; ஒவ்வொரு ராஜபுத்ரனும் ஒவ்வொரு மஹா சூரன். எப்படியோ! பாபர்ஷாவென்று விட்டான், விதியை நம்பி, விதி வெற்றிக்குத் துணையாகும். விதியை நம்பி விதை போடமலிருந்தால், பயிர் விளையாது. விதியை நம்பி உழைத்தால்அநேகமாக விளையும்" என்று தராசு சொல்லிற்று.

என் கையிலிருந்த ஒரு தர்ம நிதிப்பணம். அதில் ஒன்பது ரூபாய் எடுத்து அந்தப் பையனிடம் கொடுத்தேன். "விதி உண்மைதான்" என்று சொல்லி லக்ஷ்மீ வராஹன் ஒப்புக் கொண்டு போனான்.

11

சுதேச மித்திரன் 6.12.1915

ஒரு கிராமத்திலே ஒரு ஏழைக் குடியானவர் சுரைக்காய்த் தோட்டம் போட்டிருந்தான். ஒரு நாள் பொழுது விடியுமுன்பு இருட்டிலே, ஒரு திருடன் அந்தத் தோட்டத்துக்குள்ளே புகுந்து சுரைக்காய் திருடிக் கொண்டிருக்கையிலே, குடியானவன் வந்து விட்டான். திருடனுக்கு பயமேற்பட்டது. ஆனாலும் குடியானவன் புத்தி நுட்பமில்லாதவனாக இருக்கலாமென்று நினைத்து அவனை எளிதாக ஏமாற்றிவிடக் கருதி திருடன் ஒரு யுக்தி யெடுத்தான்.

இதற்குள்ளே குடியானவன்:- "யாரடா அங்கே?" என்று கூவினான். திருடன், கம்பீரமான குரலிலே- "ஆஹா! பக்தா, இது பூலோகமா? மானிடர் நீங்கள்தானா?" என்றான்.

தோட்டக்காரனும்:- "ஓஹோ, இவர் யாரோ, பெரியவர். தேவலோகத்திலிருந்து இப்போதுதான் நமது சுரைத் தோட்டத்தில் இறங்கியிருக்கிறார் போலும்" என்று நினைத்து, "ஆம். ஸ்வாமி. இதுதான் பூலோகம். நாங்கள் மானிட ஜாதி" என்று சொல்லித் திருடனுக்குப் பல நமஸ்காரங்கள் செய்து ஏழெட்டுச்

சுரைக்காய்களையும் நைவேத்தியமாகக் கொடுத்தனுப்பினான். திருடன் அவற்றை வாங்கிக் கொண்டு வீடு போய்ச் சேர்ந்தான்.

மேற் கூறிய கதை எனக்கு ஒரு நண்பர் நேற்று தான் சொல்லிக் காட்டினார். அது இன்று காலையில் மிகவும் பிரயோஜனப்பட்டது. போன முறை ஒரு தொப்பைச் சாமியார் நம்முடைய கடை கட்டப் போகிற சமயத்தில் ஒரு விஷயம் கேட்க வந்ததாகச் சொல்லியிருந்தேன். ஞாபகம் இருக்கிறதா! அவர் மறுபடி இன்று காலையில் வந்தார்.

"பெற்றோர், உற்றோர், மனைவி மக்கள், பொன், வீடு, காணி முதலிய தீய விஷயாதிகளிலே கட்டுண்டு, பிறவிப் பிணிக்கு மருந்து தேடாமல் உழலும் பாமருக்குச் சார்பாக நீரும்.." என்று ஏதோ நீளமாகச் சொல்லத் தொடங்கினார். நான் மேற்படி சுரைத் தோட்டத்துக் கதையைச் சொல்லிக் காட்டினேன். சாமியார் புன்சிரிப்புடன் எழுந்து போய்விட்டார்.

நானிருக்கும் தெருவுக்குப் பக்கத்துத் தெருவிலே ஒரு சாஸ்திரியார் இருக்கிறார். நல்ல வைதீகர்; அத்தியயனத்திலே புலி; கிராத்தம் பண்ணி வைப்பதிலே ஸாக்ஷாத் வியாழக்கிழமைக்கு (பிருஹஸ்பதி பகவானுக்கு) நிகரானவர். அவர் வீ டிலே அவரொரு கக்ஷ¢, இளையாள் ஒரு கஷி, மூத்தாள் பிள்ளை முத்து சாமியும், அவன் மனைவியும் ஒரு கக்ஷ¢ ஆக மூன்று கட்சிகளாக இருந்து பல வருடங்களாக இடைவிடாமல் சண்டை நடந்து வருகிறது. அவர் இன்று காலை என்னிடம் வந்து," என்ன வாசித்துக் கொண்டிருக்கிறீர்?" என்று கேட்டார்.

"சுதேசமித்திரன் பத்திரிகை" என்றேன்.

"இந்தச் சண்டை எப்போது முடியும்?" என்று கேட்டார். நான் ஏதோ ஞபாகத் வறாக, "நீங்கள் வேறு குடும்பம், உங்கள் பிள்ளை முத்துசாமி வேறு குடும்பமாகக் குடியிருக்க வேண்டும். உங்கள் பத்தினியும், அவன் மனைவியும் சந்திக்க இடமில்லாதபடி ஏற்பாடு செய்ய வேண்டும். அப்போது ஒரு வேளை முடியலாம்" என்றேன். "சரி! நான் போய்வருகிறேன்" என்று கோபத்துடன் எழுந்து போய்விட்டார். அவர் கேட்டது ஐரோப்பா புயத்தத்தைப் பற்றியது என்ற விஷயம் அவர் எழுந்து போன பிறகு எனக்குத் தோன்றிது. நாளை அவரைக் கூப்பிட்ட க்ஷமை கேட்க வேண்டும்.

எதனாலேயோ, இன்று எனக்குக் கதைகள் சொல்வதிலே பிரியமுண்டாய் விட்டது. இன்னுமொரு சிறிய கதை சொல்லுகிறேன். திருவாங்கூரிலே வைத்தியநாதய்யர் என்றொரு நியாயாதிபதி இருந்தார். அவருக்கு ஜனங்கள்" தர்மசங்கடம் வைத்திய நாதய்யர்" என்று பெயர் வைத்தார்கள். எந்த வழக்கு

வந்த போதிலும் அவர் இரண்டு பக்கத்து வக்கீல்களும் சாக்ஷ¢களும் சொல்வதையெல்லாம் மிகுந்த பொறுமையுடன் கேட்டுப் பல தினங்கள் ஆலோசனை செய்த பிறகுதான் தீர்ப்புச் சொல்லுவார். கக்ஷ¢க்காரருக்கு அவசரம் அதிகம். நியாயமோ, அநியாயமோ விரைவாகத் தீர்ப்புச் சொன்னால் போதுமென்ற ஸ்திதிக்கு வந்துவிட்டது.

ஒருநாள் இரவு பத்து மணிக்கு இந்த வைத்திய நாதய்யர் திருவநந்தபுரம் பத்மநாப சுவாமி கோயிலில் ஒரு தனியிடத்திலே, சமீபத்தில் யாருமில்லையென்ற ஞாபகத்துடன், தமக்குத்தாமே இரைந்து வார்த்தை சொல்லிக் கொண்டிருந்தார்.
அவர் சொல்லியது என்னவென்றால்:- "சுவாமி! பத்மநாபா! ஜகந்நாதா! நீதான் என்னைக் காப்பாற்ற வேண்டும். நான் என்ன
செய்வேன்? வாதி பக்கத்து வக்கீல்களும் சாட்சிகளும் சொல்வதைக் கேட்டால் வாதி பக்கத்திலே நியாயமிருப்பதாகத் தோன்றுகிறது. பிரதிவாதி பக்கத்தார் சொல்வதைக் கேட்டால் அந்தக் கட்சியிலேதான் நியாயமிருப்பது போலத் தோன்றுகிறது. நான் எப்படி தீர்ப்புச் செய்வேன்?"
இவர் சொல்லிய வார்த்தைகளைத் தூண் மறைவிலிருந்த ஒரு சிறுவன் கேட்டு, ஊர் முழுவதும் பறையடித்து விட்டான். அதன் பிறகு தான் இவருக்குத் "தர்மசங்கடம் வைத்தியநாதய்யர்" என்ற பட்டம் ஏற்பட்டது.

இந்த விளையாட்டுக் கதையிலுள்ள நியாயாதிபதியைப் பற்றி யார் எப்படி நினைத்தபோதிலும் எனக்கு இவர் விசயத்தில் ஒருவிதமான மதிப்புண்டு. இவரைப் போன்ற யோக்கியர்கள் உலகத்திலே கிடைப்பது மிகவும் அருமை என்பது என்னுடைய அபிப்பிராயம். பக்ஷபாதமாகத் தீர்ப்பு செய்துவிடுதல் யாருக்குமெளிது. இரண்டு கக்ஷ¢யின் நியாயங்களையும் தீரத் தெரிந்து கொண்டு முடிவு சொல்லுதல் கஷ்டம். நமது தேகாபிமானிகளுள் ஒருவரை என் நண்பன், "ஏனைய்யா, நான் இந்த சுவராஜ்ய சங்கத்திலே (அதாவது, மிஸஸ் அனிபெஸன்ட் ஏற்பாடு செய்யும் "ஹோம்-ரூல்" சங்கத்திலே) சேரலாமா?" என்று கேட்டால், அவர் சொல்லும் மறுமொழியிலிருந்து எந்த விஷயத்திலும் முடிவான தீர்மானஞ் செய்தல் எவ்வளவு கஷ்டமென்பது தெரியும்.

இன்று காலை தராசுக் கடைக்கு இரண்டு பிள்ளைகள் வந்தார்கள். ஒருவனுக்கு வயது பதினெட்டிருக்கும்; மற்றவனுக்கு இருபது வயதிருக்கலாம்.

"நீங்கள் யார்?" என்று கேட்டேன்.

மூத்தவன் சொல்லுகிறான்:- "நாங்கள் இருவரும் புதுச்சேரிக் கலாசாலையில் வாசிக்கிறோம். தராசுக் கடையின் விஷயங்களைக் கேள்விப்பட்டு, இங்கே சில ஆராய்ச்சிகள் செய்துவிட்டுப் போகலாமென்று வந்தோம்."

தராசினிடம் விஷயத்தைத் தெரிவித்தேன். தராசு சொல்லிற்று:- "மத விஷயமான கேள்விகள் கேட்பதானால் சுருக்கமாகக் கேட்க வேண்டும்".

இதைக் கேட்டவுடன் இரண்டு பிள்ளைகளும் திகைத்து விட்டார்கள். சிறிது நேரத்துக்குப் பிறகு மூத்தவன் ஒருவாறு மனதைத் திடஞ் செய்து கொண்டு சொல்லுகிறான்:-

"நான் சில தினங்களாக ராமாயணம் வாசித்துக் கொண்டு வருகிறேன். அதிலே, விசுவாமித்திரர் என்ற ரிஷி ஆயிர வருஷம் தவம் செய்ததாகவும், அந்த தவத்தில் ஏதோ குற்றம் நேர்ந்து விட்டபடியால் மறுபடி ஆயிர வருஷம் தவம் புரிந்ததாகவும் எழுதப்பட்டிருக்கிறது. இக்காலத்தில் மஹா யோகிகளென்றும் ஞானிகளென்றும் சிலரை நமது ஜனங்கள் வழிபடுகிறார்கள். விசுவாமித்திரர் கதையை நான் ஒரு திருஷ்டாந்தமாகக் காட்டினேன். 'பழைய புராணங்களிலும், இதிகாசங்களிலும் பொய்க் கதைகள் மலிந்து கிடக்கின்றன' என்பது என்னுடைய கருத்து. அப்படியிருக்க, ' நம்மவர் அவற்றைப் பக்தி சிரத்தையுடன் போற்றத் தகந்த உண்மை நூ¡ல்களென்று பாராட்டுதல் பொருந்துமா?' என்பது என்னுடைய கேள்வி".

தராசு சொல்லுகிறது:- "புராணங்கள் முழுதும் சரித்திரமல்ல; ஞான நூல்கள்; யோக சாஸ்திரத்தின் தத்துவங்களைக் கவிதை வழியிலே கற்பனைத் திருஷ்டாந்தங்களுடன் எடுத்துக் கூறுவன. இவையன்றி நீதி சாஸ்திரத்தை விளக்கும்படியான கதைகளும் அந்நூல்களில் மிகுதியாகச் சேர்ந்திருக்கின்றன. சரித்திரப் பகுதிகளும் பல உண்டு. இவ்வாறு பல அம்சங்கள் சேர்ந்து ஆத்ம ஞானத்துக்கு வழிகாட்டி, தர்மநிதிகளை மிகவும் நன்றாகத் தெரிவிப்பதால் அந்த நூல்களை நாம் மதிப்புடன் போற்றி வருதல் தகும்".

பிறகு இளைய பிள்ளை கேட்டான்:- "உடையை என்பது நம்முடைய ஜன்மாந்திரத்தில் செய்த பாவ புண்ணியத்தின் பயனல்லவா?"

தராசு சொல்லுகிறது:- "இல்லை. ஒருவன் தன் காலத்திலே செய்யும் செய்கைகளும் அவன் முன்னோர் செய்துவிட்டுப் போன செய்கைகளுமே உடைமைக்குக் காரணமாகும். ஏழ்மைக்கும், செல்வத்துக்கும் காரணம் தெரிய வேண்டுமானால் அர்த்த சாஸ்திரம் (பொருள் நூல்) பார்க்க வேண்டும். ஜன்மாந்தர விஷயங்களைக் கொண்டு வருதல் வீண் பேச்சு. அதிலே பயனில்லை."

இளையவன் கேட்கிறான்:- "முன் பிறப்பும் வருபிறப்பும் மனிதனுக்குண்டென்பது மெய்தானா?"

தராசு சொல்லுகிறது:- "அந்த விஷயம் எனக்குத் தெரியாது."

இளையவன்:- "ஆத்மா உண்டா; இல்லையா?"

தராசு:- "உண்டு."

இளையவன்:- "அதற்குப் பல ஜன்மங்கள் உண்டா, இல்லையா?"

தராசு:- "உலகத்தினுடைய ஆத்மாதான் உனக்கும் ஆத்மா. உனக்கென்று தனியாத்மா இல்லை. எல்லாப் பொருள்களும் அதனுடைய வடிவங்கள். எல்லாச் செய்கைகளும் அதனுடைய செய்கைகள். அவனன்றி ஓரணுவும் அசையாது."

இளைய பிள்ளை:- "சரி, அது போகட்டும். இப்போது ஒருவன் செல்வம் சேர்க்க விரும்பினால் முடியுமா?"

தராசு:- "முடியும். இஹலோக சாஸ்திரங்களைக் கற்று, வியாபார விதிகளைத் தெரிந்துகொண்டு, தெளிவுடனும், விடாமுயற்சியுடனும் பாடுபட்டால் முடியும். 'முயற்சி திருவினை ஆக்கும்."

பிள்ளைகள் "இன்னும் பல விஷயங்கள் கேட்க வேண்டும். மற்றொரு முறை வருகிறோம்" என்று சொல்லிவிட்டுப் போனார்கள்.

12

இன்று நமது தராசுக் கடைக்குச் சென்னப் பட்டணத்திலிருந்து ஒரு காலேஜ் மாணாக்கர் வந்து சேர்ந்தார்.

"ஓய்.எம்.ஸி.ஏ.யில் மிஸ்டர் காந்தி செய்த உபந்யாசத்தைப் பற்றி உம்முடைய 'ஒப்பினியன்' எப்படி?" என்று அந்த மாணாக்கர் கேட்டார்.

"இதென்னடா, கஷ்டகாலம்! காலை வேலையில் இந்த மனுஷன் ஹிந்துஸ்தானி பேச வந்தான்!" என்று சொல்லித் தராசு நகைக்கலாயிற்று. தராசுக்குஇங்கிலீஷ் தெரியாது. ஹிந்துஸ்தானி யதார்த்தத்திலே தெரியும். தெரியாததுபோல சில சமயங்களில் பாவனை செய்வதுண்டு.

"ஒய்.எம்.ஸி.ஏ. என்பது வாலிபர் கிறிஸ்தவ சங்கம் என்று பெயர் கொண்ட ஒரு சபையைக் குறிப்பிடுவது. அந்த சபையாரின் பிரசங்க மண்டபத்தில் ஸ்ரீமான் காந்தி சில தினங்களின் முன்பு உபந்யாசம் செய்தாராம். அந்த உபந்யாசத்தைப் பற்றி, ஏ தராசே, உன்னுடைய அபிப்பிராயத்தை அறிந்து கொள்ள வேண்டுகிறார்" என்று தராசை நோக்கிச் சொன்னேன்.

"அபிப்பிராயமென்ன?" என்று கேட்டது தராசு.

"ராஜீய விஷயத்தைக் கலக்காமல் பேசும்" என்று நான் விண்ணப்பம் செய்து கொண்டேன்.

காலேஜ் மாணாக்கர் சொல்லுவதானார்:-

ஸ்ரீமான் காந்தி வாசம் செய்யும் ஆமதாபாதில் சத்யாக்கிர ஆசிரமம் ஏற்படுத்தியிருக்கிறார். அந்த ஆசிரமத்தில் யௌவனப் பிள்ளைகள் பலரை வைத்துக் கொண்டு அவர்களை தேச சேவைக்குத் தாயர்படுத்துகிறார். அவருடைய ஆசிரமத்திலே பயிற்சி பெறுவோருக்குச் சில விரதங்கள் அவசியமென்று ஏற்படுத்தியிருக்கிறார். உண்மையிலே லோகோபகாரம் செய்ய விரும்புவோர் எல்லோருமே மேற்படி விரதங்களை அனுஷ்டிக்க வேண்டுமென்பது அவருடைய கொள்கை. கிறிஸ்தவ சங்கத்தில் நடந்த பொதுக்கூட்டத்தில் அவர் அந்த விரதங்களைக் குறித்துத் தான் பேசினார். விசேஷமாக அவர் வற்புறுத்திச் சொல்லிய விஷயங்கள் பதினொன்று. அவை பின்வருமா:-

1. சத்ய விரதம்;- எப்போதும், யாரிடத்திலும், என்ன துன்பம் நேரிட்டாலும், பிரஹ்லாதனைப் போல ஒருவன் உண்மையே பேசவேண்டும்.

2. அஹிம்சா விரதம்:- எவ்வுயிருக்கும் துன்பஞ் செய்யலாகாது; யாரையும் பகைவராக நினைக்கலாகாது; ஒருவன் உன்னை அடித்தால் நீ திரும்பி அடிக்கடக் கூடாது.

3. பிரமசரியம்:- விவாகம் பண்ணிக் கொள்ளக் கூடாது; ஏற்கெனவே மனைவியிருந்தால் அவளை சஹோதரம் போல நடத்த வேண்டும்.

4. நாக்கைக் கட்டுதல்:- உணவிலே மசாலா சேரக்கூடாது; ருசியை விரும்பி உண்பது பிழை; அதனால் உஷ்ணம் அதிகரித்து, போக இச்சையுண்டாகிறது.

5. உடைமை மறுத்தல்:- ஒருவன் ஒரு பொருளையும் தனது சொத்தாகக் கொள்ளலாகாது.

6. சுதேசியம்:- நமது தேசம், நமது ஜில்லா, நமது கிராமத் தொழிலை முதலாவது ஆதரிக்க வேண்டும்; நமது தேசம், நமது ஜில்லா, நமது கிராமத்து அம்பட்டன் நேரே க்ஷவரம் செய்யாமல் போனாலும், அவனுக்குப் பயிற்சி உண்டாகும்படி செய்து நாம் அவனிடமே க்ஷவரம் செய்து கொள்ள வேண்டும். வெளியூர் அம்பட்டனை விரும்பக்கூடாது.

7. பயமின்மை:- எதற்கும் நடுங்காத நெஞ்சம் வேண்டும். அ•துடையவனே பிராமணன்.

8. தீண்டல்:- தீண்டாத ஜாதி என்று ஒருவரையொருவர் அமுக்கி வைப்பது பாவம். அது பெருங்கேடு. எந்த ஜாதியையுந் தீண்டனம்.

9. தேச பாஷை:- தேச பாஷையிலேயே கல்வி பயில வேண்டும்.

10. தொழிற் பெருமை:- எல்லாத் தொழில்களுக்கும் சமமான மதிப்புண்டு. ஒரு தொழில் இழிவாகவும் மற்றொரு தொழில் உயர்வாகவும் கருதலாகாது.

11. தெய்வ பக்தி:- பொதுக் காரியங்களிலும் ராஜீய விஷயங்களிலும் பாடுபடுவோருக்கு தெய்வ பக்தி வேண்டும்.

இதுதான் ஸ்ரீ காந்தி செய்த பிரசங்கத்தின் சாராம்சம்.

தராசு சொல்லலாயிற்று:-

"ஸ்ரீமான் காந்தி நல்ல மனுஷர்.

"அவர் செல்லுகிற சத்ய விரதம், அஹிம்சை. உடைமை மறுத்தல். பயமின்மை-இந்த நான்கும் உத்தம தர்மங்கள்-இவற்றை எல்லோரும் இயன்றவரை பழகவேண்டும். ஆனால் ஒருவன் என்னை அடிக்கும்போது நான் அவனைத் திரும்பி அடிக்கக்கூடாதென்று சொல்லுதல் பிழை.

"சுதேசியம், ஜாதி சமத்வம், தேச பாஷைப் பயிற்சி, தெய்வ பக்தி இந்த நான்கையும் இன்றைக்கே பழகி சாதனை செய்து கொள்ள வேண்டும். இல்லாவிட்டால் நமது தேசம் அழிந்துபோய்விடும்.

"நாக்கைக் கட்டுதல், பிரமசரியம், இவையிரண்டையும் செல்வர்கள், இடையிடையே அனுஷ்டித்தால் அவர்களுக்கு நன்மையுண்டாகும். ஏழைகளுக்கு இந்த உபதேசம் அவசியமில்லை. அவர்களுக்கு நாக்கை ஏற்கனவே கட்டித்தான் வைத்திருக்கிறது. பிரமசரயத்தை ஜாதி முழுமைக்கும்

ஸ்ரீ காந்தி தர்மமென்று உபதேசம் செய்யவில்லை. அந்த வேலை செய்தால் தேசத்தில் சீக்கிரம் மனிதரில்லாமல் போய்விடும்.

"காந்தி பதினோரு விரதம் சொன்னார். நான் பன்னிரண்டாவது விரதமொன்று சொல்லுகிறேன். அது யாதெனில்:- "எப்பாடுபட்டும் பொருள் தேடு; இவ்வுலகத்திலே உயர்ந்த நிலைபெறு. 'இப்பன்னிரண்டாவது விரதத்தை தேசமுழுதும் அனுஷ்டிக்க வேண்டும்."

13

சில தினங்களாக நமது தராசுக் கடையில் வியாபாரம் சரியாக நடக்கவில்லை. சந்தேக நிவ்ருத்தியே நமது வியாபாரத்தின் நோக்கம். சந்தேகங்களையெல்லாம் தீர்த்துவிடுவதென்றால் இது சாமான்யக் காரியமன்று. கீதையிலே பகவான் "சம்சயாத்மா விநச்யதி" (சந்தேகக்காரன் அழிந்து போகிறான்) என்று சொல்லுகிறார்.

எந்த முயற்சி செய்யப்போனாலும், ஆரம்பத்திலேயே பல வழிகள் தோன்றும். இந்த வழிகள் ஒன்றுக்கொன்று பொருந்தாமலிருக்கும். எந்த வழியை அனுசரிப்போமென்ற சந்தேகம் ஏற்படும். நானிருக்கும் வேதபுரத்திலே ஒரு செட்டிப் பிள்ளை கையிலே சொற்ப முதல் வைத்துக்கொண்டு எந்த வியபாரத்துறையில் இறங்கலாமென்று சென்ற ஐந்து வருடங்களாக யோசனை செய்துகொண்டு வருகிறான். இன்னும் அவனுக்குத் தெளிவேற்படவில்லை. மணிலாக் கொட்டை வியாபாரம் தொடங்கலாமென்று நினைத்தான். ஆனால் அந்த வியாபாரம் இங்கு பெரிய பெரிய முதலாளிகளையெல்லாம் தூக்கியடித்து விட்டது. நாளுக்குநாள் விலை மாறுகிறது. இன்று ஒரு விலைபேசி முப்பது நாளில் ஆயிரம் மூட்டை அனுப்புகிறேனென்று சீமை வியாபாரியுடன் தந்தி மூலமாக ஒப்பந்தம் செய்து கொண்டோமானால், இடையிலே எதிர்பாராதபடி விலையேறிப் போகிறது. ஒப்பந்தத்தை நிறைவேற்ற முடியாமல், சீமை வியாபாரிக்குத் தண்டம் கொடுக்க நேரிடுகிறது. நாம் இதிலே புகுந்து கையிலிருக்கும் சொற்ப முதலையும் இழக்கும்படி வந்தால் என்ன செய்வோமென்று செட்டிப் பிள்ளை பயப்படலானான். கடைசியாகச் சென்ற வருஷத்தில், ஒரு சமயம், "என்ன வந்தாலும் சரி, ஒரு கை பார்ப்போம். மணிலாக் கொட்டையே தொடங்கவோம்" என்று யோசித்தான். சண்டையினால் கப்பல்களின் போக்கு வரவு சுருக்கமாய் விட்டது. சில கப்பல்கள் போய் வருகின்றன.இவற்றில் இடக்கூலி தலைக்குமேலே போகிறது. பெரிய முதலாளிகளே இந்த வியாபாரத்தைச் சுருக்கப்படுத்திக்கொண்டு வருகிறார்கள். ஆதலால் செட்டிப் பிள்ளை இந்த யோசனையை அடியோடு நிறுத்திவிட்டான். இப்படியே துணிமணி, பீங்கான், கண்ணாடி, வெங்காயம் முதலிய எந்த வியாபாரத்தை

எடுத்தாலும் அவனுக்கு ஏதேனுமொரு தடை ஏதேனுமொரு ஆ§க்ஷபம் வந்து கொண்டேயிருக்கிறது. வருஷம் ஐந்தாகிவிட்டது.!

லாபாலாபங்களை யோசித்த பிறகுதான் ஒரு துறையில் இறங்க வேண்டும். ஆனால் வாழ்நாள் முழுதும் வெறுமே யோசனை செய்து கொண்டிருந்து காரியந் தொடங்காமலே காலத்தைக் கழிப்போர் எவ்வித இன்பத்தையுமறியாமல் மாய்ந்து போகிறார்கள். வியாபாரத்தில் மாத்திரமன்று. ஒருவன் போக சாதனம் செய்ய வேண்டுமென்று விரும்புகிறான். ஹடயோகம் நல்லதா, ராஜயோகம் நல்லதா. பக்தியோகம் நல்லதா? என்ற சந்தேகமுண்டாகிறது. யோகசித்தி ஏற்பட வேண்டுமானால் குடும்பத்தாருடன் வீட்டிலிருந்து முயற்சி செய்யலாமா? அல்லது குடும்பத்திலிருந்தே விலகிப்போய் எங்கேனும் தனியிடத்திலிருந்து பாடுபட வேண்டுமா, இப்படி எத்தனையோ கேள்விகள் பிறக்கின்றன. இங்ஙனமாக மணிலாக் கொட்டை வியாபார முதல் ஆத்ம ஞானம் வரை எந்தக் காரியத்திலும் ஆரம்பத்திலே திகைப்புக்களுண்டாகும். இப்படி நாக்கு வழிகளைக் காட்டி எது நல்ல வழியென்று கேட்டால் நமது தராசு சரியான வழியைக் காட்டிக் கொடுக்கும். மேலும் பொதுப்படையாக எந்த ஆராய்ச்சிலும், கொள்கைப் பிரிவுகள் தோன்றிப் பல கக்ஷ¢கள் ஏற்படுவது இவ்வுலகத்தியற்கை. நமது தராசு எந்தக் கக்ஷ¢ நியாயமென்பதைத் திட்டமாகக் கண்டுபிடித்துச் சொல்லும். இவ்வளவு நல்ல தராசாக இருந்தும் என்ன காரணத்தாலோ வியாபரம் ரசமாக நடக்கவில்லை.

ஆதலால் நேற்றுத் தராசினிடம் நானே கேள்விகள் போடத் தொடங்கினேன்.

"தராசே, நம்முடைய சொந்த வியாபாரம் நன்றாக நடப்பதற்கு வழியென்ன?" என்று கேட்டேன்.

தராசு கலகலவென்று நகைத்துப் பின்வருமாறு சொல்லலாயிற்று:-

"ஆஹா, காளிதாசா, நல்ல கேள்வி கேட்டாய். நீ இதை எப்போது கேட்கப் போகிறாயென்று நான் பல தினங்களாக ஆவலுடன் எதிர்பாத்திருந்தேன். உன் வசத்திலே குறுங்குறு மஹாரிஷி என்னை ஒப்புவிக்கும்போது என்ன வார்த்தை சொன்னார். ஞாபகமிருக்கிறதா?"

காளிதாசன்:- "ஆம், தராசே, நன்றாக ஞாபகமிருக்கிறது. 'கேளாய் காளிதாசா, தெய்வ ஆராய்ச்சி ஒன்றையே உனது வாழ்க்கையின் முதற்காரியமாக வைத்துக் கொள்ள வேண்டும். லௌகிகத் தொழிலொன்று சேர்ந்தால் தான் யோக சித்தி விரைவாகக் கைகூடுமாதலால், உனக்கு லௌகிகத் தொழிலாக இந்தத் தராசு வியாபராத்தை ஏற்படத்திக் கொடுக்கிறேன். இதன் மூலமாக

உன்னுடைய இஹலோக தர்மங்கள் நேரே நிறைவேறும். உனக்கு சக்தி துணை; உன்னைச் சார்ந்த உலகத்திற்கு இந்தத் தராசு நல்ல உதவி; இவை இரண்டையுந் தவிர, மூன்றாவது காரியத்தில் புத்தி செலுத்தக்கூடாது. உனக்கு நன்மையுண்டாகும்' என்று சொன்னார்.

தராசு:- "நீ அந்தப்படி செய்து வருகிறாயா?"

காளிதாசன்:- "ஏதோ, என்னால் இயன்றவரை செய்து வருகிறேன்."

தராசு:- "ஞாபகமில்லாமல் பேசுகிறாய், இரண்டு மாதத்திற்கு முன் ஒருமுறை பட்டு வியாபாரம் தொடங்கலாமென்று யோசனை செய்தாய். மனிதன் செல்வந்தேடுவதற்குப் பல உபாயங்கள் செய்வது நியாயந்தான். ஆனால் அவனவன் தகுதிக்குரிய வழிகளிலே செல்லவேண்டும். ஒரு முயற்சியைச் கைகொண்டால் பிறகு வெற்றியுண்டாகும் வரை எப்போதும் அதிலேயே கண்ணும் கருத்தாகப் பாடுபட வேண்டும். பல மரங்கண்ட தச்சன் ஒரு மரமும் வெட்ட மாட்டான்.

காளிதாசன்:- "நீ சொல்வது சரிதான். ஏதோ மறதியினால் வேறு விஷயங்களில் கவனம் செலுத்தும்படி நேரிட்டது. மறுபடி தராசு வியபாரத்தையே ஒரே உறுதியுடன் நடத்த வேண்டுமென்று மனோ நிச்சயம் செய்துவிட்டேன். அதை ஓங்கச் செய்வதற்கு வழி சொல்லு."

தராசு:- "இந்த வியாபாரத்தின் மஹிமையை நீயே சில சமயங்களில் மறந்து விடுகிறாய். 'எட்டும் இரண்டும் என்ன?' நீலப் போர்வை வாங்கலாமா? பச்சைப் போர்வை வாங்கலாமா?' என்பவை போன்ற அற்பக் கேள்விகள் கேட்போரை சில சமயங்களில் அழைத்துக் கொண்டு வருகிறாய். இப்படி அற்ப விசாரணைக்கெல்லாம் இடங்கொடுத்தால், நமது கடையின் பெயர் கெட்டுப் போகாதா? மேலும் அறிவுத் தராசு போட்டு, உலக வாழ்க்கையின் விதிகளையும், சிரமங்களையும், நிறுத்துப் பார்ப்பதே உனது தொழிலென்பதை மறந்து, வேறு முயற்சிகளிலே சிந்தை செலுத்துகிறாய். புலி பசித்தால் புல்லைத் தின்னுமா? வயிர வியாபாரி ஒரு மாதம் நல்ல வியாபார மில்லாவிட்டால் மொச்சைக் கொட்டைச் சுண்டல் விற்கப் போவானோ? காளிதாசா, கவனத்துடன் கேள். நம்முடைய வியாபாரம் அருமையானது. இதிலே ஜயம் பெற வேண்டுமானால் சாமான்ய உபாயமெதுவும் போதாது. செய்கைக்குத் தகுந்தபடி உபாயம்; இதை மறந்து விடலாகாது. உனக்கு வேண்டியதெல்லாம் இரண்டே நெறி. தெய்வ பக்தி. பொறுமை. குறுங்குறு மஹா ரிஷி வாக்யத்தைத் தவற விடாதே. லௌகிகச் செய்கை நேரும்போது அதை முழுத் திறமையுடன் செய். மற்ற நேரங்களில் பராசக்தியை தியானம் செய்து கொண்டிரு. நமது வியாபரம் மேலான நிலைமைக்கு வரும்."

காளிதாசன்:- "எப்போது?"

தராசு:- "பொறு. விரைவிலே நன்மை காண்பாய்."

14

தராசுக்கடையை நெடுநாளாக மூடி வைத்துவிட்டேன். விஷயம் பிறருக்கு ஞாபகத்திலிருக்குமோ, மறந்து போயிருக்குமோ என்ற சந்தேகத்தால் எழுத முடியவில்லை. தராசுக்கடை என்பதென்ன? பத்திரிகை படிப்போர் சிலருக்கு ஞாபகம் இருக்கலாம். ஞாபகம் இல்லாவிட்டாலும் பெரிதில்லை. அந்தக் கடையை மாற்றிவிட்டேன்; தராசு என்ற மகுடமிட்டு இனிமேல் எழுதப்படும் வினாவிடைகளில் கதைக்கட்டு சுருங்கும்; சொல் நேர்மைப்படும்.

தராசு என்பது தர்க்க சித்தாந்தம். ஒரு கக்ஷ¢ சொல்லி அதற்கு ப்ரதி கக்ஷ¢ சொல்லி அங்கு தீர்ப்புக் காணுவதே தராசின் நோக்கம்.

என்னுடைய சிநேகிதர் வேணு முதலியார் என்றொருவர் உண்டு. அவர் வைஷ்ணவர். அவர் வாயினால் பேசுவதே கிடையாது. ஆஹாரவ்யவஹாரங்கள் எல்லாம் குறிகளால் நடத்திவருகிறார். அவர் தமிழில் ஒரு வியாசம் "ஊமைப் பேச்சு" என்ற மகுடத்துடன் எழுதி வெளியிட்டிருக்கிறார். ஐந்தாறு வருஷங்களுக்கு முன்பு அந்த நூல் அச்சிடப்பட்டது. சமீபத்தில் நான் அவரிடம் விசாரணை செய்தபோது ஒரு பிரதிகூட மிச்சம் இல்லை என்று சொன்னார்.

அந்தப் புஸ்தகத்தின் கருத்து எப்படி என்றால்:-

"ஒரு மனிதன் தனது மனக்கருத்தை வெளிப்படச் சொல்ல வேண்டும் என்றால், அதற்கு பாஷை அவசியம் இல்லை. பாஷை அவசியம் என்று சாதாரண ஜனங்கள் நினைக்கிறார்கள். அது பிழை.

"பாஷையானது மனதின் இன்றியமையாத கருவி அன்று. வண்டி ஓடும்போது சக்கரம் கிச்சென்று கத்துவது போல், மனம் சலிக்கும் போது நாக்கு தன் வசம் இன்றிப் படைத்துக் கொள்கிறது.

"பலவேறு நாடுகளில் பல வேறு பாஷையாக ஏற்படக் காரணம் என்னவென்றால், அது கால தேசவர்த்தமானங்களுக்கும் ஜனங்களுக்கும் உள்ள தொடர்களின் வேற்றுமையாலே ஏற்படுகிறது.

"பக்ஷிகளின் மனக்கிளர்ச்சிக்குத் தக்கபடி இயற்கையில் அவற்றின் வாய்க்கருவி கூவுகின்றது: மிருகங்களிலும் அங்ஙனமே காண்கிறோம். அவையெல்லாம் ஒரு பாஷை பேச வேண்டும் என்று கற்பிதம் பண்ணிக் கொண்டு இலக்கணம் போட்டுப் பேசவில்லை. பசி வந்தால் குஞ்சு இன்ன வகை கத்தும் என்ற நியதி இருக்கிறது. அதைத் தாய் அறிந்து கொள்ளுகிறது. நாக்கே இல்லாவிட்டாலும் மனிதர் பரஸ்பரம் சம்பாஷணை அதாவது வ்யாபார சம்பந்தங்கள் நடத்திக் கொள்ளலாம். பேசத் தெரியாத ஜந்துக்கள் எத்தனையோ கூட்டம் போட்டுக் குடித்தனம் பண்ணி வருகின்றன. மனிதருக்குள்ளே ஊமையின் கருத்தை அவன் எப்படியேனும் பிறருக்குத் தெரியும்படி செய்துவிடுகிறான்."

இங்ஙனம் பலவித நியாயங்கள் காட்டி வேணு முதலியார் தமது நூலில் மனிதனுக்கு பாஷையே மிகை என்று ஸ்தாபனம் செய்திருக்கிறார். ஆனால் மேற்படி விதியை அவர் தமது நடையில் பழக இல்லை. அவர் எப்போதும் சளசள என்று வாயினால் பேசாவிட்டாலும் எழுதிக் குவிக்கிறார். "எழுத்து பாஷையின் குறிதானே, வேணு முதலியாரே? நீர் பாஷையே மிகை என்று சொல்லிவிட்டு ஓயாமல் எழுதி எழுதிக் கொட்டுகிறீரே?" என்று அவரிடத்தில் கேட்டால், அவர்" பேச்சே துன்பம்; எழுத்து சுகம்" என்று எழுதிக் காட்டுகிறார். இன்னும் ஒரு வேடிக்கை; 'வாயினால் பேசக்கூடாது' என்று விரதம் வைத்துக் கொண்டு வேணு முதலியார் பாட்டுப் பாடுவதில் சலிப்பது கிடையாது. இவரும் நமது வேதாந்த சிரோமணி ராமராயர் என்ற மித்திரரும் சிலதினங்களின் முன்பு (சந்திர கிரஹணம் பிடித்த தினத்தின் மாலையில்) என்னைக் கடற்கரையில் பார்த்தார்கள்.

"தராசுக்கடை கட்டியாய் விட்டது போல் இருக்கிறதே?" என்று ராமராயர் சொன்னார். "இங்கே செய்வீர். இன்னே செய்வீர்" என்று வேணு முதலியார் காம்போதி ராகத்தில் பாடினார். "தராசுக் கடையை இங்கே இப்போது திறக்க வேண்டும்" என்ற கருத்துடன் வேணு முதலி பாடுகிறார்" என்று ராமராயர் வ்யாக்யானம் பண்ணினார்.

"திறந்தோம்" என்றேன்.

ராமராயர் சொல்லுகிறார்:- "நான் ஒரு கக்ஷி சொல்லுவேன். எதிர்க்கக்ஷியை வேணு முதலியார் பாட்டிலே பாடிக் காட்ட வேண்டும். காளிதாசர் தீர்ப்புச் சொல்ல வேண்டும். இதுதான் தராசுக்கடை" என்றார்.

"சம்மதம்" என்றேன். வேணு முதலியாரும் தலையை அசைத்தார்.

ராமராயர் சொல்லுகிறார்:- "அனிபெஸன்ட் அம்மை 'தியாஸபி' நடத்தினதெல்லாம் ஸ்வராஜ்ய வேலைக்கு அடிப்படையென்று நம்புகிறேன்.

வேணு முதலியார் பாடுகிறார்:-

"நந்தவனத்திலோ ராண்டி; அவன்
நாலாறு மாதமாய்க் குயவனை வேண்டிக்
கொண்டு வந்தானொரு தோண்டி; அதைக்
கூத்தாடிக் கூத்தாடிப் போட்டுடைத் தாண்டி."

ராமராயர்:- "அன்ய ஜாதியிலே பிறந்த போதிலும் நான் அனிபெஸன்டை ஹிந்துவாகவே பாவிக்கிறேன்."

வேணு முதலியார்:-

"தன்னைத்தான் ஆளவேண்டும்
தன்னைத்தான் அறியவேண்டும்
தன்னைத்தான் காக்கவேண்டும்
தன்னைத்தான் உயர்த்த வேண்டும்."

ராமராயர்:- 'ஸ்வராஜ்யம் என்பது விபரீதம் அன்று. அதை ஆங்கிலர் கொண்டாடுவது ஆச்சர்யமில்லை. ஆங்கில ஸ்திரீகளும் புருஷர்களும் நம்மிடம் நேசம் காட்டும்போது நாம் சந்தேகப்படுவது நியாயமில்லை. ஆங்கிலேயர்களில் நல்லவர்களே இருக்கக்கூடாதா? எல்லாரும் மனித ஜாதிதானே? ஹிந்துக்களுக்கு ஸ்வராஜ்யம் உடன் பிறந்த உரிமை என்பதை ஒப்புக் கொள்ளும் பிறரை நாம் மித்திரராகவே கொள்ளவேண்டும். இங்கிலாந்திலுள்ள ராஜ வம்சத்தாருக்கு நாம் ஸ்வராஜ்யம் பெறுவதனாலே எவ்விதமான நஷ்டமும் கிடையாது. பொது ஜனங்களுக்கும் அப்படியே. பார்லிமெண்டாருக்கும் அப்படியே. நம்முடைய உபத்ரவம் இல்லாமலிருந்தால் அவர்கள் உள்நாட்டு விஷயங்களை அதிக சிரத்தையுடன்கவனிக்க இடம் உண்டாகும். சிற்சில வியாபாரிகளுக்கும் சிலஉத்தியோகஸ்தர்களுக்கும் நாம் ஸ்வராஜ்யம் செலுத்துவதனாலே வரும்படி குறையும். ஆதலால் இந்த வியாபாரிகளின் கூட்டத்தையும் உத்யோகக் கூட்டத்தையும் சேராத ஆங்கிலேயர்களுக்கு நம்மிடம் அபிமானம் ஏற்படுதல் அசாத்யமன்று. அது நம்பத் தக்கதாகும்" என்றார்.

வேணு முதலியார் பாடுகிறார்:-

"நல்ல விளக்கிருந்தாலும் கண் வேண்டும், பெண்ணே;

நாலு துணையிருந்தாலும் சுய புத்தி வேண்டும்;
வல்லவர்க்கு மித்திரர்கள் பலருண்டு, பெண்ணே;
வலிமையிலார் தமக்குலகில் துணேயேது, பெண்ணே?"

ராமராயர் சொல்லுகிறார்:- "அதிகாரிகள் அனிபெஸன்ட் சொல்வதைத் தடுக்க முடியாது. லோகத்தின் அபவாதத்துக்கு பயப்படுவார்கள். அனிபெஸன்ட் சீக்கிரம் விடுதலை பெறுவாள். அவளைப் பிடித்து வைத்ததனாலே இப்போது உலகமெங்கும் இந்தியாவின் நிலைமை தெரியக் காரணம் ஏற்படும். ஆங்கில ராஜாங்கத்துக்கு விரோதமான ராஜத்துரோகம் செய்கிறாள் என்ற வார்த்தையை அனிபெஸன்ட் விஷயத்தில் எவனும் சொல்லத் துணியமாட்டான். ஸ்வராஜ்யம் கேட்பது ராஜத்துரோகம் இல்லை' என்பதை இங்கிலாந்து ஜனங்களும் ராஜாவும் தெரிந்து கொள்ளுவதற்கு அனி பெஸன்ட் செய்த காரியம் உதவியாயிற்று."

வேணு முதலியார் பாடுகிறார்:-

"சொல்லால் முழக்கிலோ
சுகமில்லை மவுனியாய்ச்
சும்மா இருக்க அருள்வாய்,
சுத்த நிர்க்குணமான பர தெய்வமே
பரஞ்சோதியே சுக வாரியே."

அப்போது ராமராயர் என்னை நோக்கி, "காளிதாசரே, உம்முடைய தீர்ப்பென்ன? தராசின் தீர்ப்பைச் சொல்லும்" என்று கேட்டார்.

அதற்கு நான்

"நன்றி மறப்பது நன்றன்று; நன்றல்ல
தன்றே மறப்பது நன்று."
"எப்பொருள் யார் யார் வாய்க் கேட்பினும் அப்பொருள்
மெய்ப்பொருள் காண்பதறிவு."
"தோன்றிற் புகழொடு தோன்றுக, அஃதிலார்
தோன்றலின் தோன்றாமை நன்று."
"வேண்டிய வேண்டியாங் கெய்தலான், செய்தவம்
ஈண்டு முயலப் படும்."

என்ற நாலு குறளையும் சொன்னேன்.

"தராசின் கருத்தை நீர் நேரே சொல்லாதபடி, வேணு முதலியைப் போலே பாட்டில் புகுந்த காரணம் என்ன?" ராமராயர் கேட்டார்.

"தராசு ராஜாங்க விஷயத்தை கவனியாது. சண்டை முடிகிறவரையிலும் ராஜாங்க விஷயமான வார்த்தை சொல்லுவதிலே தராசுக்கு அதிக ருசி ஏற்படாது. சண்டை பெரிது; நம்முடைய கடை சாதாரணம்; ராஜாங்க விசாரணைகளோ மிகவும் கடிமை. ஆதலால் அனி பெஸன்டின் ராஜாங்கக் கொள்கையை நாம் நிர்ணயிக்க இடமில்லாவிடினும், அவள் சரியான ஹிந்து ஆதலால் நம்முடைய சகோதரி என்பதை ஒப்புக்கொள்கிறோம். ஹிந்து மதத்தை அவள் போற்றுகிறாள். அதனால் அவளுடைய ஜன்மம் கடைத்தேறும். வேதம் என்று சொன்னால் பாவம் போகும். பகவத் கீதையை நம்புகிறவர்கள் யாராயினும் அவர்கள் நமக்கு சகோதரரே. 'தியாசபி,' 'ஹோம் ரூல்' இரண்டுக்கும் சம்பந்தமில்லை; அது வேறு, இது வேறு. ஹிந்துக்கள் அனிபெஸண்டுக்கு நன்றி கூறவேண்டும். தமக்குத் தாமே உதவி செய்து கொள்ள வேண்டும்."

****

Printed in Dunstable, United Kingdom